BẾP ĐÍCH THỰC NGƯỜI UKRAINA

100 công thức nấu ăn truyền thống đích thực từ Ukraine. Chế độ ăn chay/ăn chay lành mạnh ít calo để giảm cân dễ dàng và phong cách

Diễm Gia

MỤC LỤC

GIỚI THIỆU

Chào mừng bạn đến với "Nhà bếp Ukraina đích thực", một hành trình ẩm thực qua 100 công thức nấu ăn có hồn, thể hiện tinh thần ẩm thực Ukraina. Cuốn sách nấu ăn này tôn vinh hương vị, truyền thống và sự ấm áp phong phú và đa dạng đã tạo nên nét đặc trưng của ẩm thực Ukraina. Hãy tham gia cùng chúng tôi khi chúng tôi khám phá những món ăn truyền thống đã được truyền qua nhiều thế hệ, tạo nên một tấm thảm hương vị phản ánh tâm hồn và tinh thần của Ukraine.

Hãy tưởng tượng một căn bếp ngập tràn hương thơm của món borscht nồng nàn, vị xèo xèo của món varenyky thơm ngon và vị ngọt của món tráng miệng truyền thống Ukraina. "Nhà bếp Ukraina đích thực" không chỉ là một bộ sưu tập các công thức nấu ăn; đó là lời mời để trải nghiệm lòng hiếu khách, niềm vui và sự thoải mái khi nấu ăn Ukraina. Cho dù bạn có nguồn gốc Ukraina hay chỉ đơn giản là bị thu hút bởi hương vị của ẩm thực Đông Âu, những công thức nấu ăn này được tạo ra để truyền cảm hứng cho bạn trong việc tái tạo hương vị đích thực của Ukraine.

Từ món pierogi cổ điển đến món holubtsi dễ chịu, mỗi công thức là sự tôn vinh những hương vị đa dạng và có hồn, đặc trưng của ẩm thực Ukraina. Cho dù bạn đang lên kế hoạch cho một bữa tiệc gia đình hay khám phá những món ngon của đồ ngọt Ukraina, cuốn sách nấu ăn này là nguồn tài liệu tham khảo để bạn trải nghiệm đầy đủ các truyền thống ẩm thực Ukraina.

Hãy tham gia cùng chúng tôi khi chúng tôi bắt đầu cuộc hành trình qua "Nhà bếp Ukraina đích thực", nơi mỗi sáng tạo là một minh chứng cho bản chất có hồn và ấm áp của cách nấu ăn Ukraina. Vì vậy, hãy đeo tạp dề vào, đón nhận sự giàu có của lòng hiếu khách Ukraine và cùng tìm hiểu 100 công thức nấu ăn có hồn, nắm bắt được bản chất của truyền thống ẩm thực được yêu thích này.

BỮA SÁNG

1. Bánh kếp khoai tây Ukraine

THÀNH PHẦN:

- 1 củ hành lớn; nạo
- 6 Khoai tây; gọt vỏ và xay
- 2 thìa bột mì
- 2 quả trứng
- 2 thìa cà phê muối
- ¾ thìa cà phê Tiêu đen
- 1 lít kem chua
- ½ lít kem

HƯỚNG DẪN:

a) Trong một tô lớn, dùng máy trộn để xay nhuyễn các nguyên liệu trừ kem chua và kem tươi. Bạn cũng có thể làm điều này trong máy xay thực phẩm hoặc máy xay sinh tố. Đun nóng dầu trong chảo và khi nóng, thả một thìa lớn hỗn hợp vào. Nấu cho đến khi chín vàng một mặt. Xoay và lặp lại. Khi hoàn tất, vớt ra, để ráo nước và cho vào lò nướng ấm.

b) Trộn kem chua và kem lại với nhau.

c) Ăn ấm với một lượng lớn hỗn hợp kem! Đây là món ăn chủ yếu trong các gia đình Ukraina và những chiếc bánh kếp này sẽ được bảo quản tốt trong tủ lạnh trong 2-3 ngày. Ở nhiều gia đình, mứt hoặc mứt cũng được phục vụ trên những chiếc bánh thơm ngon này.

2.bánh mì lúa mạch đen Ukraine

THÀNH PHẦN:

- 1 thìa cà phê men
- ¼ cốc nước ấm
- Hòa tan men trong
- Nước
- 1 cốc cà phê đậm đặc
- 1 thìa cà phê mật mía
- 3 chén bột lúa mạch đen nguyên hạt
- ⅓ cốc bột kiều mạch nguyên hạt
- 1¼ thìa cà phê muối

HƯỚNG DẪN:

a) Trộn các thành phần khô. Thêm ¾ cốc cà phê và dung dịch men. Nếu cần, hãy sử dụng phần cà phê còn lại nếu hỗn hợp quá khô. Dùng tay nhào bột khoảng 5-10 phút với nước.

b) Đậy nắp và để yên trong 2 giờ ở nhiệt độ phòng. Nó sẽ không tăng nhiều. Một lần nữa, sử dụng nước trên tay và nhào bột một cách nhanh chóng. Đậy lại và để yên thêm 30 phút nữa, đậy lại bằng vải ẩm. Nặn bột thành 1 hoặc 2 ổ bánh mì mỏng dài, dùng tay xoa đều một lần nữa.

c) Đặt khối bột lên khay nướng bánh quy đã phết dầu hoặc phủ bột mì. Ủ bột ở nơi ấm và ẩm khoảng 45 phút cho đến khi bột mềm. Sẽ có ít sự gia tăng.

d) Nướng ở 450 độ trong 20 phút, với một chảo nước trong lò.

e) Nướng ở nhiệt độ 375 độ F. trong 30 phút nữa, không có nước.

3.Bữa sáng của làng Ukraine

THÀNH PHẦN:

- 50g mỡ lợn, cắt nhỏ
- 1 củ hẹ, thái lát mỏng
- 1 ức gà thả vườn, thái mỏng theo chiều dọc
- 100g cải xoăn
- 4 quả trứng gà thả vườn cỡ vừa

HƯỚNG DẪN:

a) Nấu lardo trong chảo rán lớn trên lửa vừa trong khoảng 5 phút cho đến khi hầu hết chất béo đã tan chảy (tan chảy). Thêm hẹ vào và nấu cho đến khi nó bắt đầu chuyển sang màu vàng (khoảng 4 phút).

b) Thêm thịt gà (nếu dùng) và nấu trong 2 phút, sau đó thêm cải xoăn vào nấu thêm 5 phút nữa.

c) Cuối cùng, đập trứng vào, nêm gia vị và nấu chín. Bạn có thể để nguyên và nấu cho đến khi lòng trắng đông lại và lòng đỏ vẫn còn chảy nước, hoặc trộn chúng vào để đánh bông - cách này cũng sẽ rất ngon.

4. Bữa sáng kiểu Ukraina

THÀNH PHẦN:

- 10 củ khoai tây vàng hoặc nâu đỏ yukon cắt thành khối
- 2 thìa thì là tươi, xắt nhỏ
- 1 củ hành tây (vừa) xắt nhỏ
- ⅔ cốc nước dưa cải vắt ra và thái nhỏ,
- 1 chiếc xúc xích Ukraina hun khói đôi nặng 375 gram, cắt thành từng khoanh tròn
- 2 ½ chén nấm thái lát
- 1 quả ớt xanh cắt nhỏ
- 2 muỗng canh dầu thực vật
- 3 thìa bơ
- 1 cốc phô mai khô
- 2 tép tỏi nghiền d
- 1 thìa cà phê muối
- ½ thìa cà phê tiêu
- trứng

HƯỚNG DẪN:

a) Cắt khoai tây thành khối vuông và nấu khoai tây trong lò vi sóng trên đĩa/đĩa không đậy nắp trong khoảng 15 phút hoặc cho đến khi dùng nĩa có thể dễ dàng xuyên qua các miếng khoai tây nhưng chúng vẫn cứng/giữ được hình dạng.

b) Trong khi đó: đun nóng dầu trong chảo/chảo lớn ở nhiệt độ vừa phải và xào kubassa/kielbasa trong 3-4 phút, đảo đều và lật đều rồi vớt ra đĩa. Để qua một bên.

c) Cho thêm 1 thìa dầu ăn vào chảo, sau đó cho tiêu xanh, hành, tỏi vào xào ở lửa vừa trong 5 phút. Thêm nấm và nấu thêm 3-4 phút nữa. Đặt sang một bát riêng.

d) Thêm bơ vào chảo và nấu khoai tây, khuấy và lật thường xuyên trong 15 phút cho đến khi bên ngoài chín vàng và bên trong mềm.

e) Sau đó, thêm hỗn hợp tiêu xanh/hành tây trở lại chảo, cũng như kubassa, dưa cải bắp, phô mai khô, đĩa và nấu, khuấy đều trong khoảng 10 phút nữa.

f) Nếu dùng trứng: nấu trứng theo ý thích của bạn và đặt lên trên băm.

5.Bánh kếp phô mai Ucraina

THÀNH PHẦN:

- 275 g phô mai nông dân
- 1 quả trứng
- 50 g bột mì thường
- 2 muỗng canh đường bột
- Nhúm muối

HƯỚNG DẪN:

a) Cho tất cả nguyên liệu vào máy xay sinh tố và xay nhuyễn

b) Lấy một thìa hỗn hợp rồi thả vào bột. Cán lại để phủ bột mì lên bên ngoài. Làm phẳng một chút. Đặt trên đĩa bột hoặc trực tiếp vào chảo rán.

c) Chiên mỗi mặt khoảng 3-4 phút cho đến khi có màu vàng nâu.

d) Ăn kèm mứt và kem chua

6.Bánh mì ăn sáng Ukraina

THÀNH PHẦN:

- 1 quả trứng
- 1 muỗng canh phô mai khô
- ½ muỗng cà phê thì là
- 1 muỗng canh kem chua
- ⅓ cốc kielbasa Ukraina thái lát
- 1 thìa cà phê mù tạt
- ½ muỗng cà phê cải ngựa
- 1 bánh muffin lúa mì nguyên hạt kiểu Anh
- 2 lát cà chua

HƯỚNG DẪN:

a) Bánh nướng xốp kiểu Anh.

b) Xịt bên trong cốc cà phê bằng bình xịt nấu ăn chống dính. Đập trứng vào cốc và thêm phô mai khô và thì là. Khuấy nhẹ nhàng trong một giây và cố gắng không làm vỡ lòng đỏ.

c) Cho hỗn hợp trứng vào lò vi sóng trong 30 – 40 giây (có nắp đậy) hoặc cho đến khi trứng chín. Nhẹ nhàng nới lỏng bằng cách chạy dao giữa bên trong cốc và trứng.

d) Trộn kem chua, cải ngựa và mù tạt với nhau. Trải đều trên mỗi mặt của bánh nướng xốp kiểu Anh.

e) Đặt kielbasa cắt lát lên một mặt của chiếc bánh nướng xốp kiểu Anh và nhẹ nhàng trượt quả trứng đã nấu chín ra khỏi cốc và đặt kielbasa lên trên.

f) Thêm cà chua thái lát. Phủ nửa còn lại của bánh muffin kiểu Anh lên trên.

g) Phục vụ ngay lập tức.

7.Trà chanh mật ong Ukraina

THÀNH PHẦN:

- 8 thìa Lá trà Ấn Độ màu cam
- 6 muỗng canh Nước chanh mới vắt
- 2 muỗng canh Vỏ chanh tươi nạo
- 1 cái ly Em yêu

HƯỚNG DẪN:

a) Cho lá trà và vỏ chanh vào túi vải thưa và buộc kín.
b) Đun sôi 2¼ lít nước, thêm túi lọc, nước cốt chanh và mật ong vào.
c) Đun sôi trong 5 phút, tắt lửa và để yên trong 10 phút.
d) Ăn nóng

8.bánh mì đen Ukraina

THÀNH PHẦN:

- 1 muỗng cà phê Men khô hoạt tính
- ¼ cốc ; Nước ấm (không nóng!)
- 1 cái ly Cà phê, MẠNH MẼ; làm mát
- 1 muỗng cà phê Mật mía đen
- 3 chén Bột lúa mạch đen nguyên hạt
- ½ cốc Bột kiều mạch nguyên hạt
- 1¼ thìa cà phê Muối

HƯỚNG DẪN:

a) Hòa tan men trong nước ấm. Khuấy mật đường vào cà phê.

b) Kết hợp các thành phần khô . Trộn hỗn hợp ướt vào và nhào bột trong 10-12 phút. Lúc này, đậy bột vào một cái bát và để yên trong 2 giờ. Lấy ra và nhào lại trong 3-4 phút. Tạo thành một quả bóng đất và đậy lại trong 30 phút nữa.

c) Lấy quả bóng giữa hai bàn tay của bạn và cuộn nó thành một hình dài, mỏng giống như ổ bánh mì Pháp, đường kính khoảng 2-3 inch. Hãy nhớ giữ tay ướt khi xử lý bột ở tất cả các giai đoạn cho đến nay. Bôi mỡ lên khay bánh quy và đặt bột lên trên. Cho bột vào lò nướng ấm (khoảng 85 độ F.) trong 45 phút.

d) Nướng trong lò ẩm 375 độ F (cho 1 cốc nước vào tô kim loại trong lò) trong 20 phút.

e) Lấy tô nước ra và tiếp tục nướng thêm 30 phút ở nhiệt độ 375 độ F. Điều này tạo thành một ổ bánh mì dài hoặc có thể làm thành 2 ổ bánh ngắn hơn hoặc thậm chí thành bánh cuộn.

9.Bánh mì dưa cải Ukraina

THÀNH PHẦN:

- 1½ cốc Bơ sữa ít béo bỏng
- ½ cốc Nước ấm (98 đến 110
- Độ F)
- 1 gói Men khô hoạt động
- 2 muỗng canh mật ong nhẹ
- 4 Trứng
- 14 cốc Lúa mì nguyên hạt hoặc
- Bột mì trắng chưa tẩy trắng
- 3 muỗng canh Dầu cây rum
- 2 tách dưa bắp cải ráo nước
- ½ cốc Cà rốt nạo
- ½ thìa cà phê Hạt tiêu
- ½ thìa cà phê Muối thảo dược thay thế

HƯỚNG DẪN:

a) Trong một tô lớn, trộn bơ sữa, nước, men và mật ong. Khuấy cho đến khi men tan và để yên trong 5 phút.

b) Trong một bát nhỏ đánh trứng, sau đó thêm vào hỗn hợp men. Khuấy 5 đến 6 chén bột, hoặc đủ để tạo thành bột dày. Khuấy đều và để yên trong 20 phút.

c) Khuấy mạnh bột trong 1 phút, sau đó thêm 2 thìa dầu và lượng bột mì vừa đủ để tạo thành khối bột đặc. Phủ nhẹ bột lên quầy hoặc tấm bánh mì rồi lật bột lên tấm. Nhào cho đến khi mịn và đàn hồi (5 đến 10 phút). Thoa nhẹ một ít dầu vào tô trộn và cho bột đã nhào vào đó. Đậy bát bằng khăn ăn và để yên trong 40 phút.

d) Ấn bột xuống, sau đó đậy lại và ủ thêm 30 phút.

e) Trong khi bột đang nở lần thứ hai, kết hợp dầu còn lại, dưa cải bắp, cà rốt, hạt tiêu và muối thay thế vào một cái chảo nhỏ. Nấu hỗn hợp này không đậy nắp, trên lửa vừa cao trong 10 phút, khuấy thường xuyên. Tắt bếp và đổ vào một cái chao đặt trên bồn rửa. Để dưa cải ráo nước trong 10 phút.

f) Thoa nhẹ dầu vào chảo nướng 9 x 12 inch và làm nóng lò nướng ở nhiệt độ 350 độ F. Chia bột thành 2 quả bóng và cuộn từng quả thành hình chữ nhật 9 x 12 inch. Đặt một hình chữ nhật vào chảo nướng. Đổ hỗn hợp dưa cải bắp lên trên. Đặt miếng bột hình chữ nhật thứ hai lên trên dưa cải bắp. Đưa tay vào chảo và kẹp các cạnh của lớp bột dưới cùng và trên cùng lại với nhau, đậy kín. Hãy để nó tăng lên trong 10 phút.

g) Nướng bánh mì dưa cải bắp cho đến khi chín vàng (khoảng 45 phút). Nó sẽ dễ dàng nhấc ra khỏi chảo. Để nguội trên giá rồi cắt thành từng miếng dày.

MÓN KHAI THÁC VÀ MÓN ĂN VẶT

10.Lưỡi liềm hạnh nhân Ukraine

THÀNH PHẦN:

- 2 chén bột mì trắng chưa tẩy trắng
- 1 gói Men khô
- 1 cốc bơ ngọt, nhiệt độ phòng
- 2 lòng đỏ trứng, đánh bông
- ¾ cốc kem chua

ĐỔ ĐẦY:

- 2 chén hạnh nhân, nướng và nghiền thô
- ⅔ cốc đến 3/4 c đường nâu, đóng gói chắc chắn
- 2 lòng trắng trứng
- 1 nhúm muối

HƯỚNG DẪN:

a) Đối với bánh ngọt, trộn bột mì và men trong môi trường vừa phải. cái bát.

b) Cắt bơ bằng nĩa làm bánh ngọt cho đến khi hỗn hợp giống như bột thô. Cho lòng đỏ trứng và kem chua vào trộn đều. Hỗn hợp sẽ vẫn còn vụn.

c) Dùng tay nặn bột thành một quả bóng, càng ít thao tác càng tốt. Càng nhào ít thì bánh sẽ càng mềm. Bột sẽ dính. Bọc nó trong giấy sáp và để lạnh trong ít nhất 2 giờ.

d) Chuẩn bị nhân bằng cách trộn hạnh nhân xay và đường vào một cái bát nhỏ. Đánh lòng trắng trứng và muối cho đến khi cứng nhưng không khô rồi cẩn thận trộn chúng vào hỗn hợp hạt.

e) Làm nóng lò ở nhiệt độ 375F. Khi bột nguội hoàn toàn, chia thành ba quả bóng. Dùng cây cán bột cán thành ba hình tròn dày khoảng ⅛". Làm trên bề mặt đã rắc bột mì để bột không bị dính.

f) Cắt mỗi hình tròn thành tám miếng nêm hình chiếc bánh và trải các miếng nêm bằng nhân bánh. Bắt đầu từ đầu rộng, cuộn từng miếng nêm lên giống như một chiếc bánh sừng bò nhỏ rồi kéo các đầu thành một đường cong để tạo thành một chiếc "sừng". Đảm bảo mũi nhọn ở phía dưới để "sừng" không bị bung ra khi nướng.

g) Đặt những miếng hạnh nhân hình lưỡi liềm lên khay nướng đã phết một ít dầu và nướng trong khoảng 30 - 40 phút cho đến khi vàng và phồng lên.

11.Bánh bao anh đào Ukraina

THÀNH PHẦN:

- 2 cốc bột mì đa dụng; sàng lọc
- 1 thìa cà phê muối
- 2 quả trứng
- 1½ cốc quả anh đào đỏ chua bỏ hạt đóng hộp, để ráo nước
- ½ cốc nước
- 1 lòng trắng trứng
- 1 đến 3 thìa đường

HƯỚNG DẪN:

a) Nhào trên một bảng bột. Tạo thành một quả bóng và để yên trong 1 giờ. Cán thật mỏng trên tấm bột mì. Cắt thành từng miếng tròn nhỏ, đường kính khoảng 4 inch.

b) Đặt 1 thìa nhân trái cây vào nửa dưới của mỗi hình tròn. Quét các cạnh bằng lòng trắng trứng, đánh nhẹ. Đổ bánh ngọt lên để tạo thành hình bán nguyệt và ấn các cạnh lại với nhau. Mỗi lần thả một ít vào một ấm nước sôi lớn và nấu nhanh trong 15 đến 20 phút hoặc cho đến khi bánh bao nổi lên bề mặt. Loại bỏ bằng một cái muỗng có rãnh và để ráo nước. Phục vụ ấm áp. Ăn kèm với nước ép anh đào ấm và kem đặc nếu muốn.

c) Cho quả anh đào và đường vào nồi nhỏ và đun nhỏ lửa trong 5 phút.

12.babbka Ukraina

THÀNH PHẦN:

- 1 gói men khô Active
- nhúm đường
- ¼ cốc nước ấm
- ½ cốc bơ không muối, tan chảy
- ¼ cốc đường
- 1½ muỗng cà phê muối
- 2 muỗng cà phê chiết xuất vani
- ½ muỗng cà phê chiết xuất hạnh nhân
- ¾ cốc sữa ấm
- 3 quả trứng
- 4 chén bột mì đa dụng chưa tẩy trắng
- 2 muỗng canh bơ không muối, để đánh bột
- 3 thìa đường bột vani hoặc đường bột
- 1½ cốc phô mai khô
- ⅓ cốc Đường
- 1½ muỗng canh Kem chua
- 1½ muỗng canh Bột mì
- 1 quả trứng
- 1 muỗng cà phê vỏ chanh
- ½ muỗng cà phê chiết xuất vani
- 3 muỗng canh nho
- 2 muỗng canh Cognac trong 1/2 giờ

HƯỚNG DẪN:

a) Rắc men và đường vào nước ấm trong một cái bát nhỏ rồi khuấy đều cho tan. Để yên cho đến khi nổi bọt, khoảng 10 phút. Trong một tô lớn, trộn bơ, đường, muối, vani, hạnh nhân, sữa, trứng và 1 cốc bột mì. Đánh cho đến khi mịn bằng máy đánh trứng. Thêm hỗn hợp men. Đánh 3 phút hoặc cho đến khi mịn.

b) Thêm bột mì, mỗi lần ½ cốc bằng thìa gỗ cho đến khi tạo thành một khối bột mềm. Đổ bột ra một bề mặt đã rắc chút bột mì rồi nhào cho đến khi mịn và mượt, khoảng 5 phút.

c) Hãy chắc chắn rằng bột vẫn mềm. Cho vào tô đã phết dầu mỡ, lật một lần cho dầu mỡ lên trên và bọc lại bằng màng bọc thực phẩm. Để ở nơi ấm áp cho đến khi nở gấp đôi, khoảng 1 tiếng rưỡi. Trong khi đó, trộn các nguyên liệu làm nhân vào tô, đánh cho đến khi thành kem. Nhẹ nhàng xì hơi bột, đặt lên một tấm bột mì nhẹ và cuộn hoặc vỗ thành hình chữ nhật 10 x 12 inch.

d) Chải với bơ tan chảy. Trải nhân, để lại một đường viền ½ inch xung quanh bột. Cuộn thạch cuộn kiểu thời trang và kẹp các đường nối. Giữ một đầu bột, xoắn bột khoảng 6 đến 8 lần để tạo thành sợi dây.

e) Tạo thành một cuộn phẳng và đặt vào khuôn hoặc chảo ống có dung tích 10 đến 12 cốc đã được bôi trơn. Chụm các đầu lại với nhau và điều chỉnh bột nằm đều trong chảo, không quá ⅔ đầy.

f) Đậy kín bằng màng bọc thực phẩm và để bột nở đều bằng mặt chảo, khoảng 45 phút. Nướng trong lò F. đã làm nóng trước ở nhiệt độ 350 độ trong 40 đến 45 phút hoặc cho đến khi có màu vàng nâu và que thử bánh sạch. Sẽ có âm thanh rỗng khi gõ vào. Để yên trong chảo 5 phút, sau đó chuyển từ khay nướng sang giá để nguội hoàn toàn.

g) Để yên 4 giờ hoặc qua đêm, bọc trong nhựa trước khi cắt. Rắc đường bột hoặc rắc đường bột lên trên.

13.Bí xanh ngâm chua

THÀNH PHẦN:

- 3kg bí đỏ (hỗn hợp màu vàng và xanh)
- 5 thìa muối
- 500g hành tây
- 500g cà rốt, thái sợi
- 1kg ớt đỏ, thái hạt lựu
- 250ml giấm nồng độ gấp đôi (10%)
- 200g đường cát
- 1 thìa cà phê quả mọng
- 1/2 thìa cà phê ớt xay
- 3 muỗng cà phê hạt mù tạt trắng
- 1 muỗng canh hạt tiêu đen
- 1 muỗng cà phê hạt rau mùi
- 6 lá nguyệt quế
- dầu thực vật

HƯỚNG DẪN:

a) Rửa sạch bí xanh nhưng không gọt vỏ. Dùng dụng cụ gọt rau củ, cắt nhỏ hoặc cắt thành từng miếng dài và mỏng. Cho vào tô trộn và nêm 3 thìa muối. Trộn tất cả nguyên liệu vào tô trộn và để yên trong 2 đến 3 giờ.

b) Gọt vỏ và cắt lát hành tây, sau đó cho vào tô riêng cùng với lượng muối còn lại và trộn đều. Cho phép 2 đến 3 giờ để chuẩn bị.

c) Xả hết chất lỏng đọng lại trong bí và hành tây. Trong một chậu trộn lớn, trộn bí, hành tây, cà rốt cắt nhỏ và hạt tiêu thái lát.

d) Cho giấm vào nồi đun sôi, sau đó thêm đường và gia vị (trừ lá nguyệt quế). Trong khi nước sốt vẫn còn nóng, hãy rưới lên rau. 3 giờ ướp

e) Khử trùng lọ bằng cách chuyển rau và chất lỏng vào lọ. Đậy nắp lọ và thêm 1 lá nguyệt quế và 1 thìa dầu vào mỗi lọ.

f) Trong một chiếc nồi lớn có lót khăn sạch, đặt các lọ và thêm nước nóng vừa đủ sao cho ngập 3/4 thành lọ.

g) Đun sôi, sau đó chế biến trong 20 đến 30 phút trong nồi cách thủy sôi trong chảo có lót khăn sạch, với nước nóng ngập 3/4 bình.

14.Dưa chuột ngâm nhanh

THÀNH PHẦN:

- 1/2 củ hành tây, thái nhỏ
- 75ml giấm trắng
- 100g đường bột
- 3/4 muỗng canh muối
- 1 quả dưa chuột, rửa sạch và thái lát mỏng

HƯỚNG DẪN:

a) Cho hành tây xắt nhỏ, giấm, đường và muối vào một cái chậu nhỏ.

b) Để trong tủ lạnh ít nhất 30 phút trước khi dùng, trộn với dưa chuột thái lát.

15.Nấm ngâm

THÀNH PHẦN:

- 1,5kg nấm nhỏ
- 2 thìa cà phê muối
- 250ml giấm trắng 10%
- 750ml nước
- 1 củ hành tây, cắt thành từng khoanh
- 1 1/2 muỗng cà phê muối
- 3 đến 4 muỗng cà phê đường
- 10 hạt tiêu đen
- 3 quả tiêu
- 1 lá nguyệt quế

HƯỚNG DẪN:

a) Dùng vải khô cắt và rửa sạch nấm. Nấu trong 30 phút ở nhiệt độ thấp sau khi chuyển sang chảo với 2L nước sôi và 2 thìa muối.

b) Trộn giấm và 750ml nước vào tô trộn. Kết hợp hành tây, 1 1/2 muỗng cà phê muối, đường, hạt tiêu, hạt tiêu và lá nguyệt quế vào một tô trộn lớn. Đun sôi, sau đó giảm lửa nhỏ trong 5 phút.

c) Sau khi để ráo nước, cho nấm đã nấu chín vào lọ nhỏ đã khử trùng. Đậy nắp thật chặt và đổ nước muối nóng vào. Để nguội trước khi làm lạnh trong 3 đến 4 tuần trước khi dùng.

16.bánh rán truyền thống

THÀNH PHẦN:

- 2 gói men khô hoạt tính (4 1/2 muỗng cà phê)
- 1 1/2 cốc sữa thực vật , ấm, khoảng 110 F
- 1/2 chén đường cát
- 1/2 chén bơ dừa , ở nhiệt độ phòng
- 1 muỗng canh rượu mạnh hoặc rượu rum
- 1 thìa cà phê muối
- 4 1/2 đến 5 chén bột mì đa dụng
- 1 gallon dầu thực vật, để chiên ngập dầu
- Khoảng 1/2 chén đường cát để làm bánh
- Khoảng 1/2 chén đường làm bánh kẹo, để cán
- 1 cốc mứt hoặc bột trái cây để làm nhân, tùy chọn

HƯỚNG DẪN:

a) Trong một bát nhỏ, hòa tan men trong sữa ấm làm từ thực vật. Đặt sang một bên sau khi khuấy để hòa tan.

b) Trộn đường và bơ dừa vào tô trộn lớn hoặc máy trộn đứng có gắn cánh khuấy cho đến khi nổi bọt.

c) Đánh đều rượu mạnh hoặc rượu rum cũng như muối cho đến khi hòa quyện.

d) Sử dụng phụ kiện mái chèo, lần lượt thêm 4 1/2 cốc bột mì và hỗn hợp men sữa làm từ thực vật. Đánh bằng máy khoảng 5 phút hoặc lâu hơn cho đến khi mịn, hoặc đánh bằng tay lâu hơn.

e) Trong một bát dầu, đặt bột. Lật chảo để phết bơ lên mặt còn lại.

f) Đậy nắp bằng màng bọc thực phẩm và để yên trong 1 đến 2 tiếng rưỡi hoặc cho đến khi thể tích tăng gấp đôi.

g) Đổ bột lên một bề mặt có phủ chút bột mì rồi lăn bột ra. Vỗ hoặc cuộn đến độ dày 1/2 inch. Để tránh lãng phí, hãy dùng máy cắt bánh quy 3 inch để cắt các viên tròn sát nhau.

h) Trước khi chiên, phủ một lớp vải ẩm lên tấm giấy và để các viên tròn nở cho đến khi khối lượng tăng gấp đôi, khoảng 30 phút.

i) Đun nóng dầu trong chảo lớn hoặc lò nướng kiểu Hà Lan ở nhiệt độ 350 độ F. Đặt một vài chiếc bánh rán đang nổi vào dầu từ trên xuống (mặt khô) và nấu trong 2 đến 3 phút hoặc cho đến khi mặt dưới có màu nâu vàng.

j) Lật chúng lại và nấu thêm 1–2 phút hoặc cho đến khi có màu vàng nâu. Đảm bảo dầu không quá nóng để bên ngoài không bị chuyển sang màu nâu trước khi hoàn thiện bên trong. Kiểm tra một cái nguội để xem nó đã chín hoàn toàn chưa. Thời gian nấu và nhiệt lượng dầu cần được điều chỉnh cho phù hợp.
k) Khi còn ấm, lăn qua đường cát. Nếu bạn muốn lấp đầy chúng, hãy tạo một lỗ ở bên cạnh chiếc bánh rán và ép một khối nhân lớn mà bạn chọn vào đó bằng túi đựng bánh ngọt. Sau đó rắc đường cát, đường làm bánh kẹo hoặc men đóng băng lên chiếc bánh rán đầy nhân.

17.Đôi cánh thiên thần

THÀNH PHẦN:

- 2 cốc bột
- 1 thìa đường
- 1/4 thìa cà phê muối
- 3–5 thìa nước cốt dừa
- 1 muỗng canh rượu mạnh
- 1/2 muỗng cà phê vani
- 1 muỗng cà phê vỏ cam quýt (tùy chọn)
- Mỡ chay , để chiên
- đường bột, để rắc đường

HƯỚNG DẪN:

a) Trộn bột mì, đường và muối.
b) Trộn 3 thìa kem, rượu mạnh, vani và vỏ nếu dùng trong một bát riêng.
c) Thêm nguyên liệu ướt vào hỗn hợp khô và đánh cho đến khi bột quyện lại với nhau, thêm một chút kem nếu cần.
d) Cán mỏng nhất có thể
e) Cắt thành dải 1 x 4 inch, tạo một khe ở giữa mỗi dải .
f) Kéo một đầu qua khe để tạo hình xoắn
g) Làm nóng mỡ lợn ở nhiệt độ 350°F.
h) Chiên từng mẻ cho đến khi chín vàng, lật mặt để chiên cả hai mặt. Xả trên khăn giấy.
i) Rưới đường bột lên trên.

18.Pizza Ukraina

THÀNH PHẦN:

- 1 muỗng cà phê bơ dừa
- ½ củ hành tây, thái hạt lựu
- 1 (4 oz.) lon nấm thái lát, để ráo nước
- Muối và hạt tiêu cho vừa ăn)
- ½ bánh mì Pháp, cắt đôi theo chiều dọc
- 1 cốc phô mai thuần chay
- Sốt cà chua (lên trên)

HƯỚNG DẪN:

a) Làm nóng lò ở nhiệt độ 400 độ F.
b) Đun nóng dầu trong chảo chống dính lớn. Xào hành và nấm trong 5 phút hoặc cho đến khi mềm. Nêm muối và hạt tiêu cho vừa ăn.
c) Trên khay nướng, xếp các nửa bánh mì baguette (hoặc lát bánh mì). Thêm hỗn hợp nấm và phô mai thuần chay lên trên.
d) Nướng trong 10 phút hoặc cho đến khi phô mai thuần chay có màu nâu vàng và tan chảy.
e) Ăn kèm với sốt cà chua ở bên cạnh.

19.Món ăn chay Pierogi

THÀNH PHẦN:

- 14 lát thịt xông khói thuần chay , cắt làm đôi
- tây mini 12 ounce , rã đông
- 1/4 chén đường nâu nhạt

HƯỚNG DẪN:

a) Làm nóng lò ở nhiệt độ 400°F. Dùng bình xịt nấu ăn phủ lên khay nướng có viền.

b) Quấn thịt xông khói thuần chay quanh giữa mỗi chiếc bánh pierogi và đặt lên khay nướng. Đường nâu nên được phân bố đồng đều.

c) Nướng trong 18 đến 20 phút ở 350°F.

20.B aguette với nấm

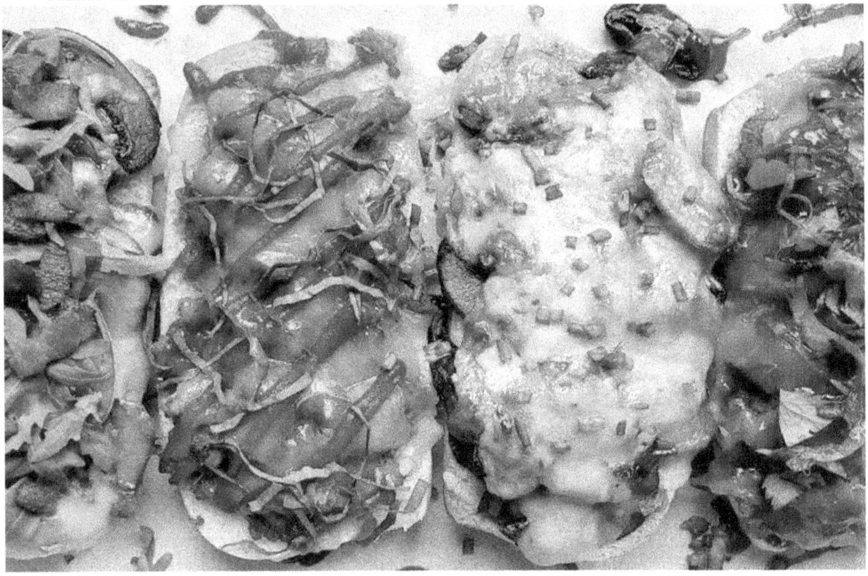

THÀNH PHẦN:

- 1 bánh mì baguette
- 10 oz. (300g) nấm nút
- 1 củ hành tây nhỏ
- 5 oz. (150g) phô mai thuần chay
- 1 muỗng canh dầu canola (để chiên)
- 2 muỗng canh sốt cà chua

HƯỚNG DẪN:

a) Làm nóng lò ở nhiệt độ 400 độ F.
b) Cắt bánh mì baguette theo chiều dọc. Múc nó ra thêm một chút.
c) Rửa sạch, lau khô và cắt nấm thành từng miếng nhỏ.
d) Cắt hành tây thành miếng nhỏ sau khi gọt vỏ.
e) Làm nóng chảo trước và thêm dầu vào. Trong 7-10 phút, xào hành tây và nấm xắt nhỏ. Muối và hạt tiêu cho vừa ăn.
f) Chuẩn bị phô mai thuần chay bằng cách bào nó.
g) Cho hành tây chiên và nấm vào bánh mì baguette. Phủ phô mai thuần chay đã được cắt nhỏ lên trên.
h) Làm nóng lò ở nhiệt độ 350°F và nướng cho đến khi có màu vàng nâu (khoảng 8-10 phút).

21.Bánh phô mai thuần chay

THÀNH PHẦN:

BỘT

- 4 chén bột mì đa dụng
- 2 gói men khô tức thì (5 thìa cà phê)/ hoặc 9-10 thìa cà phê men tươi
- 1/3 chén đường
- 1/3 chén bơ dừa
- 1/2 thìa cà phê muối

ĐỔ ĐẦY

- 2 chén phô mai thuần chay
- 1/3 chén bơ dừa
- 1/2 chén đường bột
- nho khô

HƯỚNG DẪN:

LÀM BỘT

a) Trộn bột mì, men khô tức thì, đường và muối vào tô trộn. Đổ bơ dừa tan chảy vào.

b) Nếu sử dụng men tươi, trước tiên hãy kết hợp nó với đường và một ít sữa tươi làm từ thực vật. Sau đó, kết hợp tất cả các thành phần còn lại.

c) Nhào bột. Đổ bột mì vào một nửa tô trộn lớn. Đặt bột vào tô, phủ khăn bếp hoặc vải lên và giữ ấm.

d) Đợi bột nở gấp đôi khoảng 1-1,5 tiếng.

LÀM ĐẦY

e) Trộn tất cả nguyên liệu làm nhân với nhau.

f) Lót giấy nướng vào hai khay.

g) Chia bột thành 10-12 phần khi đã sẵn sàng.

h) Đặt những chiếc bánh tròn lên chảo sau khi đã tạo hình xong.

i) Dùng khăn/vải lau bếp phủ lên chảo và đặt chúng sang một bên ở nơi ấm áp trong 40 phút nữa.

j) Làm nóng lò ở nhiệt độ 392 độ F (200 độ C).

k) Sau 40 phút, tạo những vết lõm trên bánh bằng một ít ly thủy tinh.

l) Bên trong lúm đồng tiền, đặt sữa trứng.

m) Rắc nho khô lên trên mỗi chiếc bánh nếu bạn sử dụng chúng.

n) Làm nóng lò ở nhiệt độ 350°F và nướng trong 15 phút.

22.Hanky Panky

THÀNH PHẦN:

- 1 ¼ lbs. mì căn xay
- 1 bảng phô mai thuần chay
- 1 thìa cà phê lá oregano xay
- 1 thìa cà phê bột tỏi
- ½ thìa cà phê ớt đỏ nghiền
- 1 nhúm hạt thì là
- 1 ổ bánh mì lúa mạch đen đôi khi được gọi là bánh mì lúa mạch đen cocktail

HƯỚNG DẪN:

a) Làm nóng lò ở nhiệt độ 400°F.
b) Trong chảo lớn trên lửa vừa cao, thêm seitan xay. Nấu, khuấy liên tục cho đến khi chín vàng.
c) Thêm lá oregano, bột tỏi, ớt đỏ nghiền và hạt thì là vào hỗn hợp.
d) Cắt phô mai thành khối và trộn với hỗn hợp seitan. Khuấy đều cho đến khi phô mai tan chảy và hỗn hợp hòa quyện vào nhau.
e) Thêm một ít hỗn hợp seitan và phô mai lên mỗi miếng bánh mì bằng một muỗng kem nhỏ (đường kính khoảng 114 inch) hoặc một muỗng canh.
f) Nướng trong 8-10 phút hoặc cho đến khi bánh mì được nướng và mặt trên sủi bọt trên khay nướng bánh quy.
g) Phục vụ ở nhiệt độ phòng hoặc ấm.

23.Bát kiều mạch nấm

THÀNH PHẦN:

- 2 củ hành
- 1 củ cà rốt
- 2 tép tỏi
- 45g bơ dừa
- 150g nấm nút
- 150g kiều mạch
- 1 lá nguyệt quế
- 1 viên nước luộc rau củ
- Một nắm thì là, chỉ lấy lá
- tên lửa 50g
- 150g sữa chua thực vật
- Muối biển
- Hạt tiêu mới xay
- 1 muỗng cà phê dầu ô liu
- 400ml nước sôi

HƯỚNG DẪN:

a) Cắt hành tây thành lát mỏng sau khi gọt vỏ. Cà rốt nên được gọt vỏ và thái nhỏ. Tỏi nên được bóc vỏ và xay hoặc nghiền nát.

b) Thêm hành tây, bơ dừa và một chút muối và hạt tiêu vào chảo. Nấu và khuấy trong 5-8 phút hoặc cho đến khi hành tây mềm và có màu vàng đậm - giảm nhiệt nếu hành chuyển sang màu nâu quá nhiều hoặc quá nhanh.

c) Thêm cà rốt, tỏi và nấm vào chảo và khuấy đều. Nấu trong 5 phút, thỉnh thoảng khuấy đều cho đến khi nấm ẩm.

d) Thêm kiều mạch và lá nguyệt quế vào và khuấy đều. Trong khối cổ phiếu, sụp đổ. Đổ 400ml nước sôi vào nồi.

e) Đun nhỏ lửa trong 12-15 phút hoặc cho đến khi nước bay hơi hết và kiều mạch mềm nhưng vẫn cứng.

f) Chọn những lá mềm của nhánh thì là và cắt nhỏ chúng trong khi kiều mạch đun sôi. Cắt tên lửa thành từng miếng nhỏ.

g) Nếm thử kiều mạch và nêm một chút muối hoặc hạt tiêu nếu muốn. Dùng nĩa cho phần lớn thì là và rocket vào. Đổ kiều mạch vào nửa bát đã đun nóng.

h) Trang trí với một thìa sữa chua làm từ thực vật, phần rocket và thì là còn lại.

24.tây nướng thấp

THÀNH PHẦN:

- 4 tỏi tây
- ¼ chén dầu ô liu
- 1 muỗng canh muối biển

HƯỚNG DẪN:

a) Trộn tỏi tây với dầu ô liu và muối vào một chậu trộn lớn cho đến khi tỏi tây được phủ đều. Đặt mặt tỏi tây đã cắt xuống khay nướng đã chuẩn bị sẵn.

b) Cẩn thận bọc khay nướng bằng giấy bạc - không nhất thiết phải kín hoàn toàn nhưng phải càng chặt càng tốt. Cho khay nướng trở lại lò nướng và hạ nhiệt độ xuống 300 độ.

c) Nướng trong 15 đến 30 phút hoặc cho đến khi tỏi tây mềm. Lấy tấm ra khỏi lò và lật tỏi tây lại. Quay trở lại lò nướng, tăng nhiệt độ lên 400°F và nướng trong 15-20 phút hoặc cho đến khi giòn và có màu vàng nâu.

25.Cuốn hành khói và hạt anh túc b đọc

THÀNH PHẦN:

- 1 củ hành lớn, bóc vỏ và thái lát dày
- men khô hoạt tính 1 muỗng cà phê
- bột mì trắng đặc 300g
- bột mì thường 175g, cộng thêm bột mì để phủ bụi
- muối biển 1½ thìa cà phê
- bột mì 50g
- men khô hoạt tính ½ thìa cà phê
- dầu ô liu 1 muỗng canh
- muối biển hun khói ¼ thìa cà phê
- ớt bột hun khói ngọt ¼ thìa cà phê
- hạt anh túc 1 thìa cà phê, cộng thêm một nhúm để rắc
- hạt vừng vài nhúm

HƯỚNG DẪN:

a) Trong một đĩa trộn, trộn bột mì và men với 50ml nước ấm, sau đó dùng màng bọc thực phẩm bọc lại và để qua đêm.

b) Bắt đầu nhào bột vào ngày hôm sau bằng cách cho hành tây vào chảo nhỏ với 150ml nước. Đun nóng nước cho đến khi nó bắt đầu sủi bọt, sau đó tắt bếp.

c) Lấy ra khỏi lò và đặt sang một bên để nguội đến nhiệt độ phòng. Đổ nước vào bình đong và đảm bảo đủ 150ml; nếu chưa thì bổ sung thêm. Đặt hành tây sang một bên cho lần sau.

d) Trong lúc đó, cho men và 100ml nước ấm vào tô trộn và để yên trong 10-15 phút hoặc cho đến khi nổi bọt.

e) Đổ bột vào máy trộn đứng có gắn móc bột, sau đó thêm bột khởi đầu và nước hành tây khi hỗn hợp men đã nổi bọt.

f) Bắt đầu trộn ở tốc độ thấp để bột hòa quyện, sau đó tăng lên tốc độ trung bình và nhào bột trong 5 phút.

g) Nhào thêm một phút nữa sau khi thêm muối.

h) nhào trong vòng 10 - 15 phút trên bề mặt làm việc có phủ bột nhẹ bằng tay). Để bột nở gấp đôi trong môi trường ấm áp trong tối đa 2 giờ, bọc trong màng bám dầu.

i) Đấm bột xuống vài lần cho bột nhào lại, sau đó cắt thành 8 miếng bằng nhau.

j) Cán bột thành những vòng tròn phẳng, chọc lỗ ở giữa để tạo độ lõm cho nhân rồi đặt lên khay nướng đã rắc bột mì.
k) Khi tất cả các hình dạng đã hoàn thành, hãy phủ nhẹ bằng màng dính hoặc khăn trà ẩm. Đợi thêm 20 phút nữa cho đến khi phồng lên và tròn trịa.
l) Làm nhân trong lúc bột đang nở. Cắt nhỏ hành tây đã chần và cho vào chảo nhỏ với dầu. Chiên cho đến khi tan chảy và vàng đều, sau đó thêm muối biển hun khói và ớt bột vào, khuấy liên tục. Nấu thêm vài phút, sau đó thêm hạt anh túc và một chút hạt tiêu đen. Mát mẻ
m) Làm nóng lò ở 220 độ C/quạt 200 độ C/gas 7. Khi các cuộn bánh đã sẵn sàng nướng, cho khoảng 1 thìa hành tây vào giữa mỗi bánh và rắc hạt anh túc và vừng lên trên.
n) Đặt một chiếc hộp thiếc sâu lòng úp ngược lên trên các cuộn bánh và đặt một vật nặng chịu nhiệt lên trên - một đĩa nướng lớn hoặc thậm chí là một khối.
o) Nướng trong 15 phút, sau đó lấy khuôn ra và tiếp tục nướng thêm 5-8 phút nữa cho đến khi các cuộn bánh có màu vàng mềm.

26.bánh rán dừa

THÀNH PHẦN:

- 1 1/3 cốc sữa dừa làm từ thực vật
- 1/3 chén đường
- 2 muỗng cà phê men
- 1/2 thìa cà phê muối
- 1 thìa cà phê vani
- Một ít hạt nhục đậu khấu và bạch đậu khấu (tùy chọn)
- 2 3/4 chén bột mì đa dụng

HƯỚNG DẪN:

a) Trong một tô trộn lớn, trộn tất cả nguyên liệu trừ bột mì.

b) Chỉ nhào bột đủ để kết dính lại với nhau.

c) Đậy bát bằng màng bọc thực phẩm và ủ trong 2 giờ hoặc cho đến khi nở gấp đôi.

d) Nhẹ nhàng đổ bột ra tấm lót bột mì. Cắt thành từng viên tròn sau khi cán mỏng đến độ dày 1/2 inch.

e) Đặt những chiếc bánh rán lên một tấm bánh quy có lót giấy da đã được rắc bột mì. Che lại bằng bọc nhựa và để yên trong khoảng một giờ nữa để nổi lên.

f) Trong nồi chiên ngập dầu, đun nóng một ít dầu thực vật.

g) Chiên khoảng 2-3 phút mỗi mặt, sau đó để nguội trên khăn giấy trước khi đổ nhân vào.

h) Dùng túi đựng bánh ngọt và đầu ống kem, đổ mứt hoặc sữa trứng vào và lăn qua đường bột hoặc đường cát. Thưởng thức!

27.Kohlrabi Schnitzel

THÀNH PHẦN:

- 1 củ su hào lớn
- dầu chiên
- 1/4 chén bột mì đa dụng
- 1/2 cốc nước
- 1/2 thìa cà phê bột ớt bột
- 1/2 thìa cà phê muối

BÁNH MÌ

- 1/3 chén vụn bánh mì
- 1/2 thìa cà phê muối
- 1/2 thìa cà phê bột ớt bột
- 1 muỗng cà phê hạt bí ngô nghiền nát (tùy chọn)
- 1 muỗng cà phê hạt vừng (tùy chọn)

HƯỚNG DẪN:

a) Rửa su hào và loại bỏ những lá còn sót lại. su hào nên được cắt thành 4-6 lát (dày khoảng 1/3 inch). Dùng dụng cụ gọt rau củ, loại bỏ lớp vỏ bên ngoài.

b) Đun sôi nước trong nồi lớn và thêm các lát su hào vào. Cho phép thời gian nấu 10 phút. Ở trung tâm, chúng sẽ bắt đầu trở nên trong mờ. Sau đó để ráo nước, thấm khô bằng khăn giấy và để nguội.

c) Trộn các nguyên liệu làm bánh mì vào một bát riêng.

d) Phủ các lát su hào vào bột mì khi chúng đủ nguội để xử lý.

e) Đun nóng dầu chiên trong chảo lớn (đủ ngập đáy) và cho Kohlrabi Schnitzel tẩm bột vào. Nấu khoảng 5 phút mỗi mặt ở lửa vừa cao. Cả hai mặt đều phải vàng và giòn.

f) Đặt chúng lên khăn giấy để thấm dầu thừa sau khi chiên và thưởng thức!

28.Bánh xèo có men

THÀNH PHẦN:

- 225 g bột mì đa dụng
- 240 ml sữa ấm làm từ thực vật
- Khoảng 1⅙ muỗng cà phê men tác dụng nhanh. 4 g
- 1 thìa đường
- Chút muối
- 5 muỗng canh dầu thực vật
- Đối với các compote
- 1,5 cốc quả tươi hoặc đông lạnh
- 1 muỗng canh si-rô phong
- ¼ thìa cà phê bột đậu vani hoặc chiết xuất

HƯỚNG DẪN:

a) Làm nóng lò ở mức thấp nhất có thể.

b) Trong một tô trộn lớn, đánh men và đường vào sữa ấm làm từ thực vật trong khoảng 30 giây.

c) Đổ bột mì vào, thêm chút muối vào khuấy đều trong 2-3 phút. Đậy bát bằng một miếng vải và đặt vào giữa lò trong 50-60 phút cho đến khi kích thước tăng gấp đôi.

d) Đun nóng 1-2 thìa dầu trong chảo lớn, sau đó giảm lửa và thả từng thìa bột vào chảo (không để bột quá dày). Bột sẽ dính.

e) Chiên bánh xèo khoảng 212 phút mỗi mặt ở lửa nhỏ. Phục vụ ngay.

f) Để chuẩn bị nước ép trái cây, trộn trái cây, xi-rô cây phong và vani vào nồi và nấu trong 5 phút trên lửa vừa hoặc cho đến khi trái cây mềm và bắt đầu tiết ra nước.

29.Món khai vị với mận

THÀNH PHẦN:

- 10 (350 g) p khoai tây luộc chín, để nguội và gọt vỏ
- 1/2 chén bột yến mạch
- 1/4 chén sốt táo
- 12-14 hoặc 7-8 quả mận

HƯỚNG DẪN:

a) Nấu chín khoai tây và để nguội.
b) Nếu sử dụng mận lớn, hãy cắt chúng làm đôi.
c) Dùng máy nghiền khoai tây, chế biến khoai tây.
d) Nhào cơm khoai tây, bột yến mạch và nước sốt táo với nhau cho đến khi tạo thành một khối bột cứng.
e) Cán bột trên một mặt phẳng và cắt thành 12-14 miếng tròn có kích thước bằng nhau.
f) Đối với những vòng tròn nhỏ, cán bột.
g) Bịt kín từng vòng tròn bằng cách đặt một nửa quả mận/quả mận vào giữa.
h) Trong một cái nồi lớn, đun sôi nước.
i) Nấu khoảng 5 phút khi chúng nổi lên mặt nước.

30.Bánh crepe thuần chay với bơ mận

THÀNH PHẦN:

- lon nước ngọt club 355ml
- 1,5 cốc sữa thực vật
- 2 muỗng canh dầu hạt cải
- 2 chén bột AP
- chút muối
- dầu cho chảo mỡ
- bơ mận để làm nhân (hoặc mứt)

HƯỚNG DẪN:

a) Trong một bát trộn, trộn đều tất cả nguyên liệu.

b) Làm nóng chảo rán ở nhiệt độ cao trong 2-4 phút hoặc cho đến khi rất nóng. Giảm nhiệt xuống mức trung bình cao sau khi phết nhẹ dầu vào chảo.

c) Đổ một lớp bột mỏng vào chảo và dàn đều khắp đáy chảo. Lật bánh crepe khi các cạnh bắt đầu bong ra khỏi chảo và nấu thêm một hoặc hai phút nữa.

d) Chuyển bánh crepe vào đĩa và để nguội trong vài phút. Phủ chúng bằng một lượng nhỏ bơ mận hoặc mứt mà bạn chọn và cuộn hoặc gấp chúng thành hình tam giác.

SÚP VÀ SA- LÁT

31.Súp củ cải kiểu Ukraine

THÀNH PHẦN:

- 4 quả cà chua vừa
- 4 thìa bơ
- 1 chén hành tây; Thái nhỏ
- 2 tép tỏi, bóc vỏ; Thái nhỏ
- 1 pound Củ cải đường, cắt bỏ lá, gọt vỏ, xay thô
- ½ củ cần tây, gọt vỏ; xay thô
- 1 củ mùi tây, gọt vỏ; xay thô
- 1 củ mùi tây, gọt vỏ; xay thô
- ½ thìa đường
- ¼ chén giấm rượu vang đỏ
- 1 thìa muối
- 2 lít nước dùng thịt bò, tươi hoặc đóng hộp
- 1 pound Khoai tây luộc, gọt vỏ; cắt thành từng khúc 1/2 inch
- 1 pound Bắp cải, bỏ lõi; cắt nhỏ
- 1 pound Thịt ức luộc hoặc 1 pound giăm bông luộc, cắt thành từng miếng 1 inch
- 3 thìa mùi tây; Thái nhỏ
- ½ lít kem chua

HƯỚNG DẪN:

a) Thả cà chua vào nước sôi trong 15 giây. Chạy chúng dưới nước lạnh và gọt vỏ. Cắt bỏ phần cuống, sau đó cắt chúng làm đôi theo chiều ngang.

b) Bóp nhẹ hai nửa quả để loại bỏ nước và hạt, sau đó cắt nhỏ và đặt sang một bên.

c) Trong chảo hoặc soong 10 đến 12 inch, làm tan chảy bơ ở lửa vừa phải, Thêm hành và tỏi vào, khuấy thường xuyên, nấu từ 6 đến 8 phút hoặc cho đến khi chúng mềm và có màu nhạt. Khuấy củ cải, rễ cần tây, rễ mùi tây, rau mùi tây, một nửa quả cà chua, đường, giấm, muối và 1½ cốc nước dùng. Đun sôi ở nhiệt độ cao, sau đó đậy nắp một phần nồi và giảm nhiệt. Đun nhỏ lửa trong 40 phút.

d) Trong khi đó, đổ phần nước còn lại vào nồi hầm 6-8 qt và thêm khoai tây và bắp cải. Đun sôi, sau đó đun nhỏ lửa một phần trong 20 phút hoặc cho đến khi khoai tây mềm nhưng không bị nát.

e) Khi hỗn hợp rau đã chín theo thời gian quy định, hãy thêm nó vào nồi cùng với cà chua và thịt còn lại. Đun nhỏ lửa một phần trong vòng 10 đến 15 phút cho đến khi borscht nóng lên.
f) Nêm nếm gia vị. Đổ vào liễn, rắc rau mùi tây và dùng kèm với kem chua.

32.Dưa chuột Ukraina và borscht chanh

THÀNH PHẦN:

- 4 cốc dưa chuột đã gọt vỏ, bỏ hạt --
- Xắt nhỏ
- Nước ép của 2 quả chanh nhỏ
- 1 thìa cà phê muối thảo dược thay thế hoặc
- Muối biển
- 1 thìa mật ong
- 1 cốc sữa chua nguyên chất không béo
- 1 cốc nước suối
- 1 chén giăm bông gà tây băm
- 1 quả cà chua lớn - xắt nhỏ
- Thuốc thay thế muối thảo dược và
- Tiêu trắng - để nếm thử
- Nhánh thì là tươi và chua
- Kem - để trang trí

HƯỚNG DẪN:

a) Cho dưa chuột, nước cốt chanh, muối thay thế, mật ong, sữa chua và nước vào máy xay và xay nhuyễn cho đến khi thật mịn. Thêm giăm bông băm. Đổ súp vào tô lớn, bọc bằng màng bọc thực phẩm và để trong tủ lạnh qua đêm (8 đến 12 giờ).

b) Vào buổi sáng, xay nhuyễn cà chua và thêm vào súp. Nêm nếm gia vị và thêm muối và hạt tiêu nếu cần.

c) Phục vụ súp trong bát ướp lạnh với một ít thì là tươi và một ít kem chua.

33.Canh chua chua

THÀNH PHẦN:

- 6 chén nước luộc rau
- 1 ½ cốc cà rốt thái nhỏ
- ½ chén cần tây thái hạt lựu
- 1 chén khoai tây tươi gọt vỏ, thái hạt lựu
- 1 chén tỏi hoặc dưa chua thì thái nhỏ
- Bột mì, nếu cần (khoảng ¼ cốc)

HƯỚNG DẪN:

a) Trong một cái chảo lớn, đun sôi nước dùng nhanh chóng, sau đó giảm nhiệt xuống thấp và để sôi. Đun nhỏ lửa trong 15 phút với cà rốt, cần tây và khoai tây.

b) Đun nhỏ lửa trong 30 phút hoặc cho đến khi khoai tây chín, thêm dưa chua nếu cần. Nếu bạn muốn súp đặc hơn, hãy tạo hỗn hợp sệt gồm bột mì và nước với tỷ lệ bằng nhau.

c) Từ từ đổ sữa vào, khuấy liên tục cho đến khi súp đặc lại.

34.súp

THÀNH PHẦN:

- 2 bó củ cải cùng rau xanh (khoảng 8-9 củ vừa)
- ½ chén hành tây xắt nhỏ
- Cà chua hầm 1 pound
- 3 thìa nước cốt chanh tươi
- ⅓ cốc chất tạo ngọt dạng hạt thuần chay

HƯỚNG DẪN:

a) Chà và làm sạch củ cải nhưng vẫn để nguyên vỏ. Giữ rau xanh an toàn. Trong một cái nồi lớn, trộn củ cải, hành tây và 3 lít nước.

b) Nấu trong một giờ hoặc cho đến khi củ cải cực kỳ mềm. Lấy củ cải ra khỏi nước nhưng KHÔNG Vứt nước đi. Bỏ hành tây đi.

c) Cho củ cải trở lại nước sau khi thái nhỏ. Rau xanh nên được rửa sạch và cắt nhỏ trước khi cho vào nước. Cho cà chua, nước cốt chanh và chất làm ngọt vào tô trộn. Nấu trong 30 phút trên lửa vừa hoặc cho đến khi rau xanh mềm.

d) Trước khi phục vụ, hãy làm lạnh ít nhất 2 giờ.

35.dâu / việt quất

THÀNH PHẦN:

- 1 pound dâu tây hoặc quả việt quất tươi, rửa sạch
- 1 ¼ cốc nước
- 3 muỗng canh chất làm ngọt dạng hạt thuần chay
- 1 muỗng canh nước cốt chanh tươi
- ½ cốc kem cà phê đậu nành hoặc gạo
- Tùy chọn: 2 chén mì nấu chín để nguội

HƯỚNG DẪN:

a) Trong một nồi vừa, kết hợp trái cây với nước và đun nóng đến sôi nhanh.

b) Giảm nhiệt xuống thấp, đậy nắp và nấu trong 20 phút hoặc cho đến khi trái cây rất mềm.

c) Trộn trong máy xay cho đến khi mịn. Cho hỗn hợp nhuyễn vào nồi và khuấy đều đường, nước cốt chanh và kem tươi. Để sôi trong 5 phút sau khi khuấy.

d) Trước khi dùng, hãy làm lạnh súp ít nhất 2 giờ.

e) Món súp này theo truyền thống được phục vụ riêng hoặc với mì lạnh.

36.Súp bắp cải

THÀNH PHẦN:

- 2 muỗng canh bơ thực vật
- 2 chén bắp cải xanh thái nhỏ
- ½ muỗng cà phê tiêu đen
- 3 cốc nước
- 2 chén khoai tây gọt vỏ và thái hạt lựu
- ½ cốc cà chua tươi cắt nhỏ

HƯỚNG DẪN:

a) Trong nồi súp, làm tan chảy bơ thực vật.
b) Thêm bắp cải và hạt tiêu vào nấu khoảng 7 phút hoặc cho đến khi bắp cải chín vàng.
c) Cho khoai tây, cà chua và nước vào; đậy nắp và đun sôi trong 20 phút hoặc cho đến khi khoai tây chín.

37.Bắp cải đỏ chua ngọt

THÀNH PHẦN:

- 3 chén bắp cải đỏ thái nhỏ
- ½ chén táo chua gọt vỏ và cắt nhỏ, chẳng hạn như Granny Smith
- 2 cốc nước sôi
- 1 muỗng canh nước ép táo cô đặc
- ½ thìa cà phê hạt tiêu xay
- 4 muỗng canh giấm

HƯỚNG DẪN:

a) Trong một nồi lớn, kết hợp tất cả các thành phần.

b) Đun sôi nhanh, sau đó giảm nhiệt xuống thấp và nấu cho đến khi bắp cải mềm, khoảng 20 phút.

38.B bắp cải tím trồng mâm xôi

THÀNH PHẦN:

- 6 chén bắp cải đỏ thái lát mỏng
- 8 oz. / 225 g quả mâm xôi tươi hoặc đông lạnh
- 4 thìa bơ dừa
- 3 thìa bột mì đa dụng
- 6 quả bách xù
- 1/4 thìa cà phê hạt tiêu xay
- 6-8 hạt tiêu nguyên hạt
- 2 lá nguyệt quế
- 2 muỗng canh giấm
- 1 1/2 cốc nước + 1/2 cốc khác nếu cần
- 1/2 chén rượu vang đỏ khô
- Muối và đường cho vừa ăn

HƯỚNG DẪN:

a) Cắt mỏng bắp cải (dùng máy xay thực phẩm để cắt lát mỏng và đều).

b) Trong một cái chảo lớn, làm tan chảy bơ dừa. Thêm quả bách xù, gia vị, hạt tiêu và lá nguyệt quế vào trong khi bơ dừa đang tan chảy. Khi nó tan chảy hoàn toàn với nhau, thêm bột mì và trộn cho đến khi mịn.

c) Cho bắp cải, quả mâm xôi, giấm, rượu vang đỏ, 1 1/2 cốc nước và 1 thìa cà phê muối vào. Khuấy kỹ, đậy nắp và đun nhỏ lửa trong khoảng 10 phút ở mức trung bình thấp.

d) Hương vị sau khi khuấy. Nếu nước sốt chưa đủ ngọt, hãy thêm 1 thìa cà phê đường và điều chỉnh lượng muối cho phù hợp.

e) Nấu thêm 10-20 phút nữa hoặc cho đến khi hương vị hòa quyện.

39.Súp rau

THÀNH PHẦN:

- súp rau (2 củ cà rốt, ½ củ cần tây, 1 tỏi tây, rau mùi tây tươi)
- 1 cốc (100 g) bông súp lơ
- ½ cốc (50 g) ngô nấu chín
- muối và tiêu
- tùy chọn: khối nước dùng, hành tây

HƯỚNG DẪN:

a) Đun sôi 2 lít (2 l) nước trong nồi lớn.
b) Cắt cà rốt, rễ cần tây và tỏi tây thành lát 1/4 inch (6 mm). Giảm nhiệt xuống thấp và thêm các loại rau thái lát , bông súp lơ và ngô vào nước sôi.
c) Nêm muối và hạt tiêu cho vừa ăn rồi đun nhỏ lửa khoảng 40 phút trên lửa vừa.
d) Trang trí với hoa mùi tây thái hạt lựu.

40.Súp cà chua

THÀNH PHẦN:

- Nước dùng 2 lít
- 2 muỗng canh nước cốt dừa
- 1 thìa bột mì
- 5 oz. (150ml) sốt cà chua
- muối và tiêu
- rau thì là

HƯỚNG DẪN:

a) Lọc nước dùng làm từ súp rau (2 củ cà rốt, 12 củ hành tây, 12 củ cần tây, 1 tỏi tây, nhiều cọng mùi tây) và giữ lại chất lỏng.

b) Trộn nước cốt dừa với bột mì rồi cho vào nước dùng cùng với tương cà chua.

c) Đun sôi trên lửa lớn, nêm muối và hạt tiêu và trang trí với thì là.

d) Để món súp thêm no, bạn có thể thêm cơm hoặc mì.

41.Canh chua

THÀNH PHẦN:

- 3 củ khoai tây
- 1 viên nước dùng
- 1 muỗng canh bơ dừa
- 2 quả dưa chua lớn, thái hạt lựu
- 1 cốc (250 ml) nước dưa chua
- 2 muỗng canh nước cốt dừa
- 1 thìa bột mì
- muối
- rau thì là

HƯỚNG DẪN:

a) Gọt vỏ và cắt khoai tây thành những khối vuông khoảng 1,3 cm, sau đó luộc chúng cùng với nước luộc thịt và bơ dừa trong 2 lít (2 lít) nước.

b) Thêm dưa chua thái lát mỏng và nước dưa chua sau khoảng 20 phút, khi khoai tây bắt đầu mềm.

c) Cho nước cốt dừa và bột mì vào tô riêng, sau đó thêm dần 3 thìa nước dùng đang đun sôi trên lửa. Sau đó cho hỗn hợp trở lại súp và đun sôi lại.

d) Thêm muối và thì là thái hạt lựu cho vừa ăn (nhưng trước tiên hãy nếm thử món súp để đảm bảo nước dưa chua không quá nồng).

e) Có thể dùng gạo thay cho khoai tây. Khi nấu xong, bỏ qua bước 1 và cho 3 chén cơm vào.

42.Súp lúa mạch đen

THÀNH PHẦN:

- 2 qt. nước dùng
- 2 chén bột lúa mạch đen chua
- 2 thìa bột mì
- Muối
- 2 tép tỏi
- tùy chọn: nấm

HƯỚNG DẪN:

a) Luộc rau súp với 2 lít nước để làm nước dùng. Bạn cũng có thể thêm một ít nấm cắt nhỏ nếu muốn.
b) Lọc súp qua rây, giữ lại chất lỏng rồi thêm hỗn hợp và bột mì vào nước dùng khi rau mềm (khoảng 40 phút).
c) Bạn có thể nêm muối cho vừa miệng.
d) Thêm tỏi vào nước dùng, băm nhuyễn hoặc thái hạt lựu.

43.Súp củ cải ướp lạnh

THÀNH PHẦN:

- 1 bó củ cải đường
- 1 quả dưa chuột
- 3–5 củ cải
- rau thì là
- hẹ
- 1 lít sữa chua làm từ thực vật
- muối và tiêu
- đường
- tùy chọn: nước chanh

HƯỚNG DẪN:

a) Lấy củ cải ra khỏi bó, thái nhỏ chỉ thân và lá củ cải rồi đun nhỏ lửa trong khoảng 40 phút với một lượng nước nhỏ cho đến khi mềm. Để nguội trước khi phục vụ.

b) Dưa chuột, củ cải, thì là và hẹ đều nên thái nhỏ. Kết hợp các thành phần này , cũng như hỗn hợp củ cải đường, trong sữa chua làm từ thực vật và khuấy đều.

c) Để nếm thử, nêm muối, hạt tiêu, đường và nước cốt chanh nếu muốn. Xay hoặc xay nhuyễn súp nếu bạn muốn súp có kết cấu mịn hơn.

d) Ăn lạnh với thì là thái hạt lựu lên trên.

e) Món súp này theo truyền thống được làm chỉ bằng thân và lá của cây củ cải đường. Tuy nhiên, bạn chỉ có thể sử dụng củ cải đường. 1 pound củ cải nấu chín, nghiền mịn và kết hợp với các nguyên liệu còn lại

44.Súp trái cây

THÀNH PHẦN:

- 1 thìa bột khoai tây
- 1 cốc (250 ml) nước dùng, ướp lạnh
- 3 quả táo
- 8 oz. (250 g) mận hoặc anh đào
- ⅓–½ cốc (75–115 g) đường

HƯỚNG DẪN:

a) Để tạo thành hỗn hợp sệt, trộn một nửa nước dùng nguội với bột mì.

b) Đun sôi táo, mận hoặc anh đào trong 112 lít (112 l) nước sau khi gọt vỏ. Khi quả mềm, bạn xay nhuyễn hoặc xay nhuyễn với nước trong máy xay rồi nêm đường cho vừa ăn.

c) Trộn bột mì và nước dùng trong tô trộn.

d) Khuấy hỗn hợp nước dùng cho đến khi mọi thứ được trộn đều.

45.Súp khoai tây

THÀNH PHẦN:

- 1½ lít nước luộc rau
- 2 củ hành
- 2 tỏi tây
- 5 tép tỏi
- 3 muỗng canh dầu ô liu
- 4 củ khoai tây
- các loại thảo mộc: lá nguyệt quế, húng tây, hẹ
- muối và tiêu

HƯỚNG DẪN:

a) Cắt nhuyễn hành tây và tỏi tây, sau đó cắt thành từng khoanh 1/4 inch (6 mm) rồi xào trong dầu ô liu cùng với các tép tỏi đã cắt lát.

b) Cắt khối khoai tây sau khi rửa sạch, gọt vỏ và rửa sạch.

c) Thêm khoai tây, rau thơm, muối và hạt tiêu khi hành và tỏi tây có màu nâu vừa. Khuấy trong giây lát, sau đó phủ nước kho lên và nấu khoảng 30 phút ở lửa nhỏ cho đến khi khoai tây mềm.

d) Sau khi súp nguội, xay nhuyễn trong máy xay cho đến khi mịn. Nêm muối và hạt tiêu cho vừa ăn.

46.Súp chanh

THÀNH PHẦN:

- Nước dùng 2 lít hoặc nước dùng
- ½–1 cốc (95–190 g) gạo trắng
- 2 quả chanh
- muối và tiêu
- tùy chọn: ½ cốc nước cốt dừa

HƯỚNG DẪN:

a) Nấu nước dùng với 2 lít (2 l) nước và súp rau hoặc nước kho (2 củ cà rốt, 12 củ hành tây, 1 củ cần tây, 1 củ tỏi tây, nhiều cọng mùi tây).

b) Nấu cơm chỉ với nước dùng hoặc nước kho cho đến khi cơm mềm, khoảng 25 phút.

c) Gọt vỏ 1 quả chanh, thái lát mỏng rồi trộn với chút muối vào cơm đang sôi.

d) Tiếp tục khuấy súp trong khi thêm nước cốt chanh còn lại.

e) Nấu trong vài phút trên lửa nhỏ, nêm muối và hạt tiêu cho vừa ăn.

47.Súp măng tây

THÀNH PHẦN:

- 1 lb. (450 g) măng tây trắng
- súp rau (2 củ cà rốt, 1 củ tỏi tây, ½ củ cần tây, rau mùi tây tươi)
- 2 muỗng canh bơ dừa
- ¼ cốc (30 g) bột mì
- muối và đường
- ½ cốc (125ml) nước cốt dừa

HƯỚNG DẪN:

a) Gọt vỏ măng tây và làm sạch măng tây. Nấu thân măng tây và nguyên liệu súp cho đến khi mềm trong nồi với 2 lít (2 l) nước. Chất lỏng của nước dùng nên được tiết kiệm.
b) Nấu riêng phần đầu măng tây trong một lượng nước nhỏ.
c) Nghiền nhuyễn cọng măng tây và xay nhuyễn.
d) Kết hợp măng tây xay nhuyễn với nước súp.
e) Trong chảo, làm tan chảy bơ dừa và khuấy đều bột mì để tạo thành roux ở lửa nhỏ. Thêm đầu măng tây đã nấu chín, muối và tiêu vào súp trong khi nấu.
f) Ăn kèm với bánh mì nướng và một ít kem dừa ở cuối.

48.Gỏi củ cải

THÀNH PHẦN:

- 4 củ cải đường
- 2 muỗng canh cải ngựa
- 1 thìa cà phê đường
- ⅓ cốc (80 ml) giấm rượu
- mùi tây
- muối và tiêu

HƯỚNG DẪN:

a) Làm sạch củ cải và đun sôi trong nước khoảng 30 phút hoặc cho đến khi chúng mềm. Khi chúng nguội, lấy chúng ra và gọt vỏ.

b) Sử dụng các rãnh lưới vừa để xay củ cải.

c) Làm nước sốt với cải ngựa, đường, giấm, mùi tây, muối và tiêu, sau đó dùng nĩa trộn với củ cải.

d) Để nguội, cho vào tủ lạnh khoảng 2 tiếng.

e) Có thể dùng hành tây thay cho cải ngựa.

f) Trong 1 muỗng canh dầu ô liu, xào nhẹ 1 củ hành tây thái hạt lựu. Kết hợp dầu ô liu và gia vị, sau đó thêm nước sốt và hành tây vào củ cải và trộn đều.

49.Salad cần tây và cam

THÀNH PHẦN:

- 1 củ cần tây lớn
- 1 quả cam hoặc 2 quả quýt
- ⅓ cốc (25 g) quả óc chó thái nhỏ
- ½ cốc (125ml) nước cốt dừa
- muối
- tùy chọn: ⅓ cốc (25 g) nho khô

HƯỚNG DẪN:

a) Sử dụng các rãnh lưới vừa để bào củ cần tây.

b) Gọt vỏ cam hoặc quýt và cắt chúng thành từng miếng 1/4 inch (6 mm).

c) Trộn cần tây, cam và quả óc chó với nhau bằng nĩa, sau đó thêm nước cốt dừa.

d) Rắc một chút muối cho vừa ăn. Bạn có thể thêm nho khô nếu muốn.

50.Salad rau củ

THÀNH PHẦN:

- 5 củ cà rốt luộc
- 2 củ mùi tây luộc
- 5 củ khoai tây luộc (tùy chọn)
- 1 củ cần tây luộc nhỏ (khoảng 15dag)
- 5 quả dưa chuột muối
- 2 quả táo
- 1 lon ngô nhỏ (tuỳ thích)
- 1 lon đậu xanh
- 1 muỗng canh mù tạt
- muối, tiêu, rau mùi tây, thì là

HƯỚNG DẪN:

a) Rửa sạch và nấu các loại rau mà không gọt vỏ (mỗi loại riêng lẻ); để nguội và bóc vỏ.

b) Loại bỏ lõi của táo và gọt vỏ.

c) Dùng dao sắc cắt rau, dưa chua và táo thành những hình vuông nhỏ. Hành lá nên được cắt nhỏ và đậu Hà Lan phải được lọc. Nêm với muối và hạt tiêu.

d) Rắc mùi tây và thì là lên món salad. Cho phép một giờ để chuẩn bị.

e) Trình bày

51.Dưa chuột trong kem dừa

THÀNH PHẦN:

- 1 quả dưa chuột lớn có hoặc không có hạt, thái lát mỏng
- 1 củ hành tây thái lát mỏng và tách thành từng khoanh
- 1/2 cốc nước cốt dừa
- 1 thìa cà phê đường
- 2 muỗng cà phê giấm trắng (tùy chọn)
- 1 muỗng canh thì là tươi xắt nhỏ
- muối và tiêu

HƯỚNG DẪN:

a) Kết hợp kem dừa, giấm, đường và hạt tiêu vào tô phục vụ.

b) Thêm dưa chuột và hành tây và khuấy đều để kết hợp.

52.Súp Kohlrabi

THÀNH PHẦN:

- 1 củ su hào gọt vỏ, cắt khối, dùng cả lá
- 1 củ hành vừa thái nhỏ
- 1 củ cà rốt vừa gọt vỏ, thái hạt lựu
- 2 củ khoai tây vừa gọt vỏ, cắt khối
- 2 muỗng canh rau mùi tây và thì là, thái nhỏ
- 1 l nước luộc rau nóng
- 1 muỗng canh dầu và bơ mỗi loại
- Muối biển và hạt tiêu cho vừa ăn
- 1 thìa bột ngô + 2 thìa nước nóng

HƯỚNG DẪN:

a) Gọt vỏ và cắt thô lá su hào, bỏ cuống. Cắt su hào, cà rốt và khoai tây thành khối.

b) Đun nóng 1 thìa dầu trong nồi lớn, sau đó cho hành tây vào đun nhỏ lửa trong 3 phút hoặc cho đến khi mềm. Nấu trong vài phút, khuấy thường xuyên với phần rau và mùi tây còn lại.

c) Thêm nước luộc rau, hạt tiêu vào nêm gia vị, khuấy đều, đậy nắp và đun sôi, sau đó giảm lửa nhỏ và nấu, thỉnh thoảng khuấy trong khoảng 30 phút hoặc cho đến khi rau mềm .

d) Thêm thì là xắt nhỏ và đun nhỏ lửa thêm 3 phút nữa. Bạn có thể làm đặc súp vào thời điểm này (mặc dù không nhất thiết phải làm vậy). Để làm như vậy, hãy kết hợp 2 muỗng canh nước nóng với tinh bột ngô, sau đó khuấy vào súp và nấu trong 3 phút.

e) Tắt bếp, nêm nếm vừa ăn và cho một thìa bơ vào trước khi dùng.

53.Súp đậu Ukraine

THÀNH PHẦN:

- 1 đồng Đậu trắng, khô
- 1 pound rưỡi dưa cải bắp
- ¾ bảng Thịt lợn muối
- 4 củ khoai tây, thái hạt lựu
- ½ cốc Dầu thực vật
- 1½ muỗng canh Bột mì
- mỗi cái 1 cái Hành tây, lg. cắt nhỏ
- 1 muỗng cà phê Muối
- 1 muỗng cà phê Tiêu đen
- 4 lá nguyệt quế
- 3 Tỏi tép, băm nhỏ
- 2 muỗng canh Hạt tiêu
- ½ cốc Sữa chua, đồng bằng
- mỗi cái 1 cái Cà rốt, lg. băm nhỏ

HƯỚNG DẪN:

a) Ngâm đậu qua đêm. Nấu riêng thịt, khoai tây, đậu và dưa cải bắp.
b) Xương thịt khi đã chín và cắt thành khối ½ inch. Cắt hạt lựu khoai tây. Nghiền đậu.
c) Làm roux với dầu, bột mì và hành tây. Cho thịt và rau vào nồi, thêm nước sốt roux và lá nguyệt quế vào.
d) Đổ nước kho vào và nấu thêm 10 phút nữa.

MÓN CHÍNH

54.Cá Gefullte từ Ukraine

THÀNH PHẦN:

CỔ PHẦN

- 4 cọng cần tây - cắt thành lát 4 inch
- 2 củ hành - cắt làm tư
- 1 quả ớt xanh - cắt miếng
- 3 củ cà rốt - giảm một nửa
- 8 cốc nước
- Xương cá và đầu
- 1 muỗng canh hạt tiêu tươi
- 12 nhánh mùi tây
- 2 thìa cà phê Đường
- 1 lá nguyệt quế tùy chọn

CÁ

- 4 pound cá chó
- 1 pound cá trắng
- 1 cân Cá chép
- 1 thìa muối
- 2 củ hành vừa - thái nhỏ
- 6 quả trứng lớn
- 1 muỗng canh dầu thực vật
- 1 thìa cà phê đường
- ½ chén Matzah

HƯỚNG DẪN:

a) Đặt tất cả các nguyên liệu dự trữ vào một ấm đun nước lớn có nắp đậy. đun sôi, sau đó đậy nắp và giảm nhiệt để đun nhỏ lửa.

b) Trong lúc chờ nồi sôi thì bắt đầu sơ chế cá. Trong một cái bát gỗ. thêm vào cá xay tất cả các thành phần được liệt kê dưới cá, cắt nhỏ và trộn cẩn thận.

c) Làm ướt tay và tạo thành từng miếng chả hình bầu dục béo ngậy, cẩn thận cho từng miếng vào nước luộc cá đang sôi. Nấu chậm trong 2 giờ.

55.Gà thì là Ukraine

THÀNH PHẦN:

- 1 miếng thịt gà nướng
- Trong phần phục vụ
- ½ chén bột mì
- 1 thìa cà phê muối
- ½ thìa cà phê Tiêu
- 3 muỗng canh bơ hoặc bơ thực vật
- 1 ly nước
- 1 củ hành tây nhỏ, xắt nhỏ
- 1 tép tỏi, băm nhỏ
- 2 thìa bột mì
- 1 cốc kem chua hoặc kem ngọt
- 1 muỗng cà phê thì là xắt nhỏ

HƯỚNG DẪN:

a) Trộn bột mì, muối và hạt tiêu với nhau trong túi nhựa. Thêm từng miếng thịt gà vào và lắc. Thịt gà tẩm bột màu nâu từ từ trong bơ trên chảo.

b) Thêm nước, hành tây và tỏi vào nấu ở lửa nhỏ trong 40 phút. Trộn bột với kem. Thêm thì là và trộn vào thịt gà.

c) Đun nóng thật kỹ nhưng không đun sôi. Ăn kèm với khoai tây mới luộc, cơm hoặc mì.

56.Thịt và cá hầm Ukraina

THÀNH PHẦN:

- ½ pound thịt bò xay
- ½ pound Thịt cừu xay
- ½ pound Cá trích, tươi, cắt khối,
- Lột da và xương
- ½ cốc sữa chua nguyên chất
- 4 thìa bơ
- 4 quả trứng, tách riêng
- 1 tép tỏi băm nhỏ
- Mỗi củ hành 1 cái lg. băm nhỏ
- 4 củ khoai tây gọt vỏ và luộc chín
- ½ thìa muối
- ½ muỗng cà phê Tiêu đen
- 2 thìa phô mai dê <Feta> vụn
- 3 thìa vụn bánh mì
- 4 thìa cà rốt thái sợi

HƯỚNG DẪN:

a) Cho 1 lít sữa vào tô và ngâm cá trích trong đó 8-12 giờ.

b) Lau khô để đảm bảo loại bỏ hết xương. Chiên hành và tỏi trong 2 tấn bơ cho đến khi vàng. Chiên thịt xay và cho vào máy xay thực phẩm. Thêm hành tây, cá trích tỏi và khoai tây. Cắt nhỏ cho đến khi đạt được hỗn hợp mịn. Khuấy sữa chua và lòng đỏ trứng. Thêm gia vị.

c) Làm nóng lò ở nhiệt độ 400 độ F. và phết bơ lên đĩa nướng lớn. Thêm cà rốt cắt nhỏ vào thời điểm này.

d) Đánh lòng trắng trứng cho đến khi chúng khá cứng nhưng không bị khô rồi thêm vào hỗn hợp. Đổ hỗn hợp vào đĩa nướng bơ.

e) Rắc vụn bánh mì và phô mai Feta dê, chấm bơ còn lại rồi nướng trong 45 phút. Ăn nóng.

57.Nồi nướng Ukraina

THÀNH PHẦN:

- 1 cốc kem chua hoặc sữa chua nguyên chất
- Mỗi củ hành 1 cái lg. cắt lát
- mỗi củ cà rốt thái lát 1 trái
- 3½ pound Thịt nướng trong nồi
- 4 lát thịt muối
- 2 thìa hành lá cắt nhỏ
- ¾ cốc rượu vang đỏ tía
- Muối và hạt tiêu cho vừa ăn
- ½ chén nấm tươi thái lát
- 2 củ khoai tây, cắt khối 1/2"
- 1 thìa cà phê giấm

HƯỚNG DẪN:

a) Xếp các lát thịt lợn muối vào đáy chảo rang. Tiếp theo, trộn hành lá, lát cà rốt, khoai tây cắt khối và hành tây rồi đặt thành một lớp dày lên trên miếng thịt muối.

b) Xoa chảo với muối và hạt tiêu theo ý muốn rồi chiên vàng đều các mặt. Lấy ra khỏi chảo và đặt vào máy rang.

c) Thêm rượu và kem chua. Hãy chắc chắn rằng kem chua ở nhiệt độ phòng nếu không nó sẽ làm thịt bị cứng.

d) Đặt nắp máy rang lên máy rang và nướng trong lò ở nhiệt độ 350 độ F trong 2 tiếng rưỡi. Hớt bớt chất béo khỏi nước trái cây sau khi loại bỏ thịt nướng.

e) Làm đặc với bột, thêm giấm và đun sôi. Lọc nước sốt và phục vụ trên thịt thái lát.

58.Bắp cải Ukraina cuộn với kê

THÀNH PHẦN:

- 2 kg bắp cải
- 250 ml kê
- 50 gram thịt muối
- 2 củ cà rốt
- 1 củ hành tây
- 2 thìa bột mì
- 4 muỗng canh sốt cà chua
- 8 thìa kem chua
- 2 thìa bơ
- 2 cốc nước; hoặc nước dùng khi cần thiết
- Ớt cay
- Muối; nếm thử

HƯỚNG DẪN:

a) Đổ nước sôi lên phần đầu bắp cải đã bỏ cuống.

b) Tách lá khỏi đầu và cắt bớt gân. Cắt nhỏ hành tây và cà rốt (thái sợi sẽ có tác dụng với cà rốt) và Xào cho đến khi hành tây bắt đầu chuyển sang màu nâu. Rửa kỹ hạt kê, đổ nước và đun sôi. Lọc và kết hợp với thịt lợn muối cắt nhỏ, hỗn hợp cà rốt/hành tây, muối và trứng sống. Trộn đều tay rồi cho từng phần hỗn hợp lên lá bắp cải, cuộn chặt và nhét phần cuối vào.

c) Khi bạn cuộn xong các cuộn bắp cải, hãy cho chúng vào lò nướng kiểu Hà Lan và thêm nước sốt kem chua, đun sôi kỹ, lọc muối và thưởng thức.

d) KEM CHUÔNG: Trộn bột mì với bơ. Thêm bột cà chua, kem chua và một ít nước dùng kê.

e) CÁCH THAY THẾ: Cho cuộn bắp cải vào chảo nướng lớn, làm nước sốt kem chua mà không làm loãng, bọc cuộn lại và nướng ở nhiệt độ 325o trong khoảng một giờ.

59.Thịt bò Ukraina Strogano ff

THÀNH PHẦN:

- 3 pound thịt thăn philê
- 1 chén hành tây thái nhỏ
- 4 muỗng canh bơ không muối
- 1½ pound Nấm nhỏ 1/2" hoặc nhỏ hơn
- ⅔ cốc Kem nặng
- ¾ cốc kem chua hoặc sữa chua nguyên chất
- 2¼ thìa cà phê mù tạt Dijon
- 2 thìa thì là tươi, thái nhỏ
- 1½ muỗng canh mùi tây tươi
- ⅔ chén nước luộc bò
- Muối và hạt tiêu cho vừa ăn
- 2¾ thìa cà phê Bột mì

HƯỚNG DẪN:

a) Cắt thịt bò thành từng dải mỏng khoảng. Chiều dài 1½" - 2".

b) Đun nóng một chảo gang lớn trên lửa cao rồi cho từng ít thịt vào để thịt chín. Lấy thịt ra khỏi bếp và đặt sang một bên.

c) Giảm nhiệt trong chảo xuống mức vừa và làm tan bơ.

d) Thêm hành tây, xào ', cho đến khi mềm <khoảng. 4-5 phút>. Tăng nhiệt lên cao, cho nấm vào xào; khuấy thường xuyên, nấu trong 15 - 20 phút. Hạ lửa vừa, rắc bột vào, khuấy đều trong 1-3 phút. Khuấy nước kho, kem, kem chua và mù tạt.

e) Đậy nắp, giảm nhiệt xuống thấp và đun nhỏ lửa trong 5 - 7 phút. KHÔNG ĐƯỢC PHÉP SÔI! Cho thịt vào chảo, trộn với nước sốt, cho thì là và rau mùi tây vào đảo đều rồi thưởng thức.

60.người ăn chay lớn

THÀNH PHẦN:

- 1 c nấm khô
- 2 củ hành vừa, xắt nhỏ
- 2 muỗng canh dầu
- 8-10 oz. / 250 g nấm nút tươi
- 1/2 thìa cà phê muối
- 1/4 - 1/2 thìa cà phê tiêu xay
- 5 - 6 hạt tiêu và quả mọng
- 2 lá nguyệt quế
- 1 củ cà rốt
- 15 quả mận
- 1 thìa cà phê thì là
- 1 muỗng canh ớt bột hun khói
- 3 muỗng canh bột cà chua
- 1 c rượu vang đỏ khô
- 1 đầu bắp cải vừa

HƯỚNG DẪN:

a) Ngâm nấm khô trong nước ít nhất một giờ.
b) Đun nóng dầu trong nồi lớn và xào hành tây xắt nhỏ. Làm sạch và cắt lát nấm, sau đó thêm chúng vào hành tây khi chúng bắt đầu chuyển sang màu nâu xung quanh các cạnh. Tiếp tục xào với muối, tiêu xay, hạt tiêu, hạt tiêu và lá nguyệt quế.
c) Cà rốt nên gọt vỏ và cắt nhỏ. Đổ vào nồi.
d) Khuấy mận cắt tư, thì là, ớt bột hun khói, bột cà chua và rượu vang.
e) Bắp cải nên được cắt làm tư và thái lát. Trộn tất cả mọi thứ lại với nhau trong nồi.
f) Đậy nắp và nấu bắp cải cho đến khi khối lượng giảm đi một chút. Nấu thêm 10 phút nữa hoặc cho đến khi bắp cải mềm.

61.Bánh bao Ukraina

THÀNH PHẦN:

- 6 đến 7 củ khoai tây vừa, gọt vỏ
- 1 muỗng canh muối
- 120g tinh bột khoai tây, nếu cần

HƯỚNG DẪN:

a) Luộc khoai tây cho mềm trong nước muối. Để ráo nước và nghiền bằng máy nghiền khoai tây cho đến khi mịn. Để tạo một lớp khoai tây phẳng ở đáy chảo, hãy dùng tay ấn xuống.

b) Dùng dao cắt lớp khoai tây thành bốn nửa bằng nhau. Loại bỏ một thành phần và phân bổ đều cho ba thành phần còn lại. Chỉ một phần tư chảo sẽ được sử dụng.

c) Thêm đủ bột khoai tây để lấp đầy phần trống sao cho ngang bằng với lớp khoai tây. Lớp phủ bột phải được làm phẳng.

d) Đun sôi nước trong nồi lớn.

e) Dùng tay tạo thành những quả bóng nhỏ có kích thước bằng quả óc chó. Làm phẳng một chút và dùng ngón tay cái của bạn chọc một lỗ ở giữa.

f) Thêm một ít bánh bao vào nước sôi, cẩn thận không để chảo quá đông. Khuấy bằng thìa gỗ để chúng không dính vào đáy chảo và nấu cho đến khi chúng nổi lên trên. Dùng thìa có rãnh, lấy thịt gà ra và dùng với nước sốt hoặc kem.

62.Bánh mì sữa đông ngọt

THÀNH PHẦN:

- bánh mì hoặc bánh mì tươi
- 200 g phần phô mai sữa đông thuần chay
- mứt, sốt nam việt quất, si-rô phong hoặc rượu sô-cô-la
- Nhúm đường
- một vài thìa sữa thực vật

HƯỚNG DẪN:

a) Nên đặt những lát hoặc cục phô mai sữa đông lên bánh mì hoặc bánh mì tươi.
b) Rắc đường lên mỗi chiếc bánh sandwich .
c) Rắc đường và vài giọt sữa thực vật bằng thìa cà phê.
d) Làm nóng bánh sandwich trong lò vi sóng hoặc nướng chúng trong lò nướng. Giữ trong vài giây cho đến khi phô mai và bánh mì ấm nhưng không nóng. Loại bỏ bánh sandwich khỏi phương trình.
e) Đặt một lượng mứt lên mỗi chiếc bánh sandwich.

63.lạnh với táo

THÀNH PHẦN:

- 2 chén cơm
- 4 cốc sữa thực vật
- 1/2 thìa cà phê muối
- 4 quả táo chua
- 1/4 muỗng cà phê hạt nhục đậu khấu
- 2 thìa đường
- 1/12 thìa cà phê quế
- 1 muỗng cà phê vani
- 2 thìa cà phê + 2 thìa cà phê bơ dừa

HƯỚNG DẪN:

a) Trong một cái chảo vừa, đun nóng sữa thực vật với muối. Thêm gạo đã vo sạch và nấu trên lửa nhỏ cho đến khi chín.

b) Tiếp tục đảo cơm. Chỉ cạo nó ra nếu nó dính vào đáy. Tiếp tục khuấy nhẹ nhàng cho đến khi cơm chín.

c) Làm nóng lò ở nhiệt độ 350 độ F (180 độ C).

d) Cắt nhỏ táo trong máy xay rau sau khi gọt vỏ và bỏ lõi. Nấu cho đến khi chất lỏng bay hơi trong chảo khô với hạt nhục đậu khấu.

e) Thêm đường, quế và vani vào cơm đã nấu chín. Khuấy mọi thứ thật kỹ.

f) Bôi bơ dừa vào chảo 8 × 8 inch (20 x 20 cm). Một nửa số gạo sẽ rơi xuống đáy chảo, tiếp theo là tất cả táo và số gạo còn lại. Những lát bơ dừa mỏng được đặt lên trên.

g) Nấu trong 20 phút. Phục vụ ấm hoặc ướp lạnh.

64.Mì và bánh bao

THÀNH PHẦN:

- 2 gói men khô
- 4 thìa cà phê đường
- 1 cốc cộng với 2 thìa sữa ấm làm từ thực vật
- 1 pound bột mì đa dụng
- 1 thìa cà phê muối
- 3 muỗng canh bơ dừa , tan chảy

HƯỚNG DẪN:

a) Làm một miếng bọt biển trong một cái bát nhỏ bằng cách hòa tan men và đường trong sữa thực vật rồi trộn với 1/2 cốc bột mì.

b) Kết hợp hỗn hợp bột, muối và men còn lại trong một chậu trộn lớn. Trộn khoảng 5 phút bằng tay hoặc máy hoặc cho đến khi hỗn hợp phồng rộp và bong ra khỏi thành bát. Trộn đều bơ dừa tan chảy đã nguội vào.

c) Hãy tăng lên cho đến khi nó có kích thước gấp đôi. Đổ bột mì ra bề mặt và nhào thêm bột mì nếu bột quá dính. Cắt bằng dao cắt 3 inch hoặc kính sau khi vỗ nhẹ xuống độ dày 1 inch. Phế liệu có thể được cuộn lại và cắt lần thứ hai. Cho phép tăng lên cho đến khi có kích thước gấp đôi.

d) Trong lúc đó, đổ đầy nước vào hai chậu lớn 3/4. Buộc một vòng bao bột mì hoặc vật liệu không có xơ khác lên trên miệng nồi bằng dây thịt và đun sôi nước. Đặt càng nhiều bánh bao càng tốt vào hộp đựng.

e) Hấp bánh bao trong 15 phút với nắp đậy trên chảo. Bánh bao sẽ xẹp xuống nếu nắp được nhấc lên trong quá trình hấp.

f) Ngoài ra, bạn có thể đặt một tấm chắn trên mặt nồi, thêm bao nhiêu bánh bao tùy thích mà không cần chạm vào, sau đó đậy lại bằng một chiếc bát nhựa chịu nhiệt đã được úp ngược lại.

g) Đặt bánh bao để nguội trên giá lưới. Đông lạnh hoặc bảo quản bánh bao trong túi có khóa kéo trong tủ lạnh.

65.Mì và phô mai thuần chay e

THÀNH PHẦN:

- 2 chén mì chay
- 7 oz. / 200g phô mai chay
- 4 muỗng canh nước cốt dừa
- 2 muỗng canh bơ dừa
- 2-4 muỗng canh Xi-rô phong
- Nhúm quế (tùy chọn)

HƯỚNG DẪN:

a) hướng dẫn trên bao bì để nấu mì.
b) Trộn mì với bơ dừa sau khi để ráo nước.
c) Lắp ráp các đĩa spaghetti.
d) Thêm vụn phô mai vào mì.
e) Phủ một lớp nước cốt dừa lên trên.
f) Rưới siro phong lên trên. Bạn cũng có thể cho vào một nhúm quế.

66.M acaroni với dâu tây

THÀNH PHẦN:

- M acaroni của sự lựa chọn của bạn
- 3 cốc dâu tây, tươi hoặc đông lạnh
- 1 cốc sữa chua nguyên chất làm từ thực vật , kem dừa hoặc sữa chua làm từ thực vật Hy Lạp
- đường để hương vị

HƯỚNG DẪN:

a) hướng dẫn gói để làm mì ống theo lựa chọn của bạn.

b) Rửa sạch và loại bỏ cuống dâu tây. Cắt nhỏ vài quả dâu tây để bày lên đĩa.

c) Trong máy xay sinh tố, kết hợp dâu tây, kem hoặc sữa chua làm từ thực vật, đường và chiết xuất vani còn lại.

d) Nếu bạn muốn nước sốt đặc hơn, hãy nghiền dâu tây bằng nĩa hoặc trộn chúng theo mẻ, cho dâu tây cuối cùng xay nhanh bằng máy xay.

e) Trộn mì ống đã nấu chín với nước sốt dâu tây. Ăn nóng hay lạnh đều ngon.

67.Bún nấm

THÀNH PHẦN:

- 1 bắp cải cỡ vừa
- 2 chén nấm
- 1 củ hành tây
- 1 củ cà rốt
- Củ nghệ, 1-2 tép
- 2 chút giấm balsamic hoặc giấm khác
- gia vị như kinh giới, thì là, thì là, muối và tiêu, tùy theo khẩu vị của bạn
- 1 thanh bơ dừa
- Bún chay

HƯỚNG DẪN:

a) Trong một cái chảo lớn, làm tan chảy bơ dừa rồi xào hành và nấm.

b) Cho cà rốt và tỏi vào. Thêm bắp cải vào khi tỏi đã chuyển sang màu nâu và hành đã chuyển sang màu trong suốt.

c) Thêm một ít nước và tiếp tục nấu cho đến khi bắp cải mềm. Khoảng thời gian cần thiết để nấu bắp cải tùy thuộc vào độ tuổi của nó và cách cắt nhỏ.

d) Thêm phần bơ dừa còn lại, một hoặc hai giọt giấm, gia vị và nếm thử khi lượng nước giảm bớt. Nêm muối và hạt tiêu cho vừa ăn.

e) Ăn kèm với mì.

68.mai thuần chay với củ cải

THÀNH PHẦN:

- 3 chén phô mai thuần chay
- ½ cốc nước cốt dừa (đầy đủ chất béo)
- 1 bó củ cải
- 1 bó hẹ
- muối, tiêu, gia vị cho vừa ăn

HƯỚNG DẪN:

a) Chuẩn bị sẵn củ cải và hẹ. Củ cải nên được rửa sạch và cắt thành bất kỳ hình dạng hoặc kích thước nào bạn chọn.

b) Trang trí mặt trên của pho mát thuần chay bằng một ít củ cải. Tiếp tục với hẹ theo cách tương tự. Loại bỏ khỏi phương trình.

c) Thêm nước cốt dừa vào cho đến khi đạt được độ đặc mong muốn.

d) Làm nóng lò ở nhiệt độ 350°F và nêm phô mai với muối và hạt tiêu. Bạn có thể để nguyên hoặc thêm một số gia vị bổ sung nếu muốn.

e) Cuối cùng, trộn củ cải thái hạt lựu và hẹ vào tô trộn lớn. Trang trí với củ cải và hẹ trong bát phục vụ cuối cùng.

69.P asta với cây anh túc

THÀNH PHẦN:

- 300 g bột mì
- chút muối
- 1 chén hạt anh túc
- 3 thìa si-rô phong
- 2 thìa nho khô
- 2 thìa cánh hoa hạnh nhân
- 1 thìa quả óc chó cắt nhỏ
- 1 thìa vỏ cam

HƯỚNG DẪN:

F HOẶC KHỐI LƯỢNG thuốc phiện

a) Rửa sạch cây anh túc dưới vòi nước chảy. Sau đó, đậy lại bằng nước sôi. Thoát nước cẩn thận.

b) Nghiền cây anh túc thành bột mịn.

c) Trong nồi, đổ ba thìa xi-rô cây phong và bắt đầu đun nóng. Thay vì xi-rô phong lỏng, bạn có thể sử dụng xi-rô phong đặc. Vì nhiệt độ cao hơn nên nó sẽ tan chảy.

d) Cho toàn bộ cây anh túc vào cùng với nho khô, các loại hạt, vỏ cam và cánh hoa hạnh nhân.

e) Nấu trong khoảng 5 phút, khuấy thường xuyên cho đến khi khối thuốc phiện trở nên ấm và đồng nhất.

f) Lấy cây anh túc ra khỏi bếp và tắt lửa.

MỲ ỐNG

g) Từ 300 g bột mì, tạo thành một khối. Nêm một chút muối.

h) Làm bột. Nhào khoảng 15 phút hoặc cho đến khi bột mịn và có màu đồng nhất.

i) Tạo một quả bóng từ bột và đặt nó vào tô. Đậy lại bằng một miếng vải sạch và cho vào lò nướng thêm 20-30 phút nữa.

j) Phủi bột mì lên bàn hoặc thớt làm bánh ngọt. Sau 20-30 phút, cán bột thành từng khối có độ dày khoảng 2 mm.

k) Cắt chùm thành những ô vuông nhỏ có cạnh dài 2-3 cm.

l) Đun sôi các hình vuông trong nước muối. Hãy tiếp tục như thể bạn đang nấu mì ống mua ở cửa hàng.

70.Cá Ucraina

THÀNH PHẦN:

ĐỐI VỚI PHI LÊ THUẦN CHAY

- 300 g đậu phụ cứng
- 1 quả chanh bỏ vỏ và ép lấy nước
- 1 muỗng canh nước muối bạch hoa
- 1 muỗng canh giấm rượu trắng
- 1 miếng sushi nori
- 70g bột mì thường

ĐỐI VỚI TOPPING

- 1 củ hành nâu thái lát mỏng
- 1 củ tỏi tây cắt lát
- 1 củ cải nhỏ xay nhuyễn
- 3 củ cà rốt bào sợi
- 3 quả tiêu
- 2 lá nguyệt quế khô
- 1 thìa cà phê ớt bột ngọt
- 1 muỗng canh cà chua xay nhuyễn
- 1 muỗng cà phê mù tạt nguyên hạt tùy chọn

HƯỚNG DẪN:

ĐỐI VỚI PHI LÊ THUẦN CHAY

a) Cắt khối đậu phụ thành 6 miếng có kích thước bằng nhau.

b) Trong một bát rộng hoặc khay sâu, trộn nước cốt chanh và vỏ, nước muối nụ bạch hoa và giấm rượu vang trắng rồi rưới lên các lát đậu phụ. Cho phép thời gian ướp ít nhất một giờ.

c) Quấn một dải nori xung quanh mỗi miếng sau khi ướp xong. Để làm ướt đậu phụ bọc nori, hãy nhúng nó vào nước xốt còn sót lại, sau đó nhúng vào bột mì.

d) Trong một chiếc chảo chống dính đẹp, đun nóng dầu ô liu trên lửa vừa cao. Khi chảo nóng, cho các miếng đậu phụ vào, đảm bảo chúng không chạm vào nhau. Nấu trong 3 phút ở mặt đầu tiên hoặc cho đến khi vàng và giòn. Nấu trong 3 phút ở mặt đối diện sau khi lật đậu phụ.

ĐỐI VỚI TOPPING

e) Trong một cái chảo lớn trên lửa vừa, đun nóng một ít dầu hoặc nước luộc rau, sau đó cho hành tây vào. Nấu trong khoảng 3 phút hoặc cho đến khi nó bắt đầu mềm.

f) Cho tỏi tây, cà rốt và rau mùi tây vào tô trộn. Giảm nhiệt xuống thấp và đun nhỏ lửa, thỉnh thoảng khuấy trong khoảng 4 phút hoặc cho đến khi rau mềm .

g) Nếu sử dụng, hãy cho thêm quả mọng, lá nguyệt quế, ớt bột ngọt, cà chua xay nhuyễn và mù tạt nguyên hạt vào. Khuấy kỹ và nấu ở mức thấp trong 15 phút nữa, thỉnh thoảng khuấy.

h) Loại bỏ quả mọng và lá nguyệt quế sau 15 phút.

i) Đặt phi lê thuần chay lên đĩa và phủ một lượng lớn hỗn hợp cà rốt lên trên. Thưởng thức!

71.Bắp cải cuộn

THÀNH PHẦN:

- 1 đầu bắp cải trắng
- 120g kiều mạch
- 3 muỗng canh bơ dừa
- 2 muỗng canh dầu ô liu
- 1 củ hành tây, xắt nhỏ
- 1 tép tỏi, băm nhỏ
- 300g nấm, cắt nhỏ
- 1 muỗng canh kinh giới khô
- 2 viên nước luộc rau củ
- nước tương để nếm thử
- Muối và hạt tiêu cho vừa ăn

HƯỚNG DẪN:

a) Đun sôi trong một ấm nước lớn. Loại bỏ phần lõi của bắp cải trước khi cho vào nồi. Khi các lá bên ngoài mềm ra thì loại bỏ chúng. Phần dày của sườn bắp cải cần được cắt bỏ. Loại bỏ khỏi phương trình.

b) Trong lúc chờ đợi, hãy chuẩn bị các tấm kiều mạch theo hướng dẫn trên bao bì. Để ráo nước và để riêng 1 thìa bơ dừa.

c) Đun nóng dầu trong chảo rồi cho hành và tỏi vào xào.

d) Đun chảy 1 thìa bơ dừa trong chảo rồi xào nấm. Cho kiều mạch và hành tây đã xào vào. Kinh giới, nước tương, muối và hạt tiêu cho vừa ăn. Trộn kỹ.

e) Đặt những lá bắp cải nhỏ hoặc bị gãy vào đáy đĩa thịt hầm. Ở giữa mỗi lá, thêm khoảng 2 muỗng cà phê nhân.

f) Nhét phần cuống bắp cải lên trên phần nhân nhồi, sau đó gấp các cạnh của bắp cải lên trên. Tạo một gói từ bắp cải bằng cách cuộn lại và chồng các đầu lại để bịt kín. Đặt từng miếng vào đĩa thịt hầm đã chuẩn bị sẵn, úp mặt đường may xuống.

g) Trong cốc đo 500ml, hòa tan các viên nước kho và đổ lên các cuộn bắp cải. Thêm bơ dừa cuối cùng. Che phần còn lại của lá bắp cải.

h) Đun nhỏ lửa ở nhiệt độ thấp trong 30 đến 40 phút.

72.Khoai tây và phô mai chay P ierogi

THÀNH PHẦN:

BỘT PIEROGI - 1 MÁNG

- 3 chén bột mì, có thêm bột mì để phủi bụi trên bề mặt làm việc của bạn
- 1 cốc nước nóng
- 1 muỗng canh bơ dừa hoặc dầu

KHOAI TAY VÀ PHÔ MAI

- 2 lbs. khoai tây (khoảng 4 cốc nghiền)
- 2 chén phô mai thuần chay
- 2 củ hành
- Muối và hạt tiêu cho vừa ăn
- kem dừa , lên trên

HƯỚNG DẪN:

KHOAI TAY VÀ PHÔ MAI

a) Gọt vỏ khoai tây và luộc chúng. Dùng dụng cụ nghiền khoai tây hoặc dụng cụ xay khoai tây, nghiền nhẹ khoai tây. Không cần thiết phải sử dụng máy trộn. Không nhất thiết khoai tây phải mịn tuyệt đối. Để khoai tây nguội.

b) Cắt nhỏ hành tây và nấu trong bơ dừa hoặc dầu. Một nửa số hành tây chiên sẽ cho vào khoai tây, nửa còn lại sẽ phủ lên trên chiếc bánh pierogi.

c) Kết thúc với phô mai thuần chay.

d) Muối và hạt tiêu cho vừa ăn; theo tôi, bạn không bao giờ có thể có quá nhiều muối và hạt tiêu. Nếm thử nhân của bạn và thêm nhiều hơn nếu cần thiết. Trong khi làm bột, bạn có thể làm nguội phần nhân. Đôi khi tôi làm nhân vào ngày hôm trước vì việc xử lý nhân nguội sẽ đơn giản hơn.

BỘT PIEROGI

e) Bột nên được sục khí. Rây bột, đánh trong chậu hoặc xay trong máy xay thực phẩm trong 20 giây.

f) Đun sôi nước giống như cách bạn đun một tách trà. Thêm một muỗng canh bơ dừa hoặc dầu vào một cốc nước sôi.

g) Từ từ đổ nước nóng vào bột và khuấy đều, đầu tiên dùng thìa gỗ, sau đó dùng tay nếu nước quá nóng. Trong khi trộn trong máy xay thực phẩm, hãy thêm từng ít nước sôi.

h) Tiếp tục thêm nước nóng cho đến khi có khối bột mềm, dẻo. Thêm một ít bột mì nếu bột quá dính. Thêm một chút nước nếu bột quá khô. Nó sẽ kéo ra khỏi các cạnh của máy xay thực phẩm và tạo thành một quả bóng.
i) Cán bột trên bề mặt đã phủ bột mì bằng cây cán bột. Cán bột bánh pierogi theo độ dày mà bạn mong muốn. Những người làm bánh pierogi chuyên nghiệp sẽ cán bột rất mỏng, nhưng vì nhà tôi là người nhào bột nên tôi có thể cán bột dày hơn một chút.
j) Cán bột thành hình tròn, dùng thìa hoặc viên tròn cán sẵn nhân khoai tây và phô mai, gấp lại và kẹp lại. Nếu không đợi quá lâu, bột sẽ vẫn mềm và bạn chỉ cần một chút nước để làm kín bánh pierogi.
k) Đổ bột lên bề mặt làm việc và phủ khăn trà cho đến khi sẵn sàng đun sôi.
l) Trong một cái chảo nhỏ, đun sôi hoặc đun nhỏ lửa một mẻ bánh pierogi nhỏ. Đừng quên nêm nước với muối. Hãy để ý đến bánh pierogi của bạn và nấu chúng trong vòng 3 đến 5 phút khi chúng bắt đầu nổi. Lấy chúng ra khỏi nước bằng thìa có rãnh và đặt chúng lên đĩa hoặc khay để nguội.
m) Chuẩn bị món ăn với dầu hoặc bơ dừa và nhớ phết một ít bơ dừa lên bánh pierogi của bạn. Khi chúng còn nóng, hãy cẩn thận đừng chồng lên nhau vì chúng sẽ dính vào nhau.
n) Phủ hành tây chiên và một ít kem dừa lên trên bánh pierogi trước khi dùng.

73.Đậu hũ bia nướng

THÀNH PHẦN:

- 250 g đậu phụ tự nhiên
- 2 muỗng canh bột cà chua
- 100ml bia
- 1 thìa lớn nước tương
- nửa thìa xi-rô cây phong
- nửa thìa cà phê ớt bột hun khói hoặc ngọt
- một phần tư muỗng cà phê bột thì là
- một phần tư thìa cà phê bột ớt hoặc ớt cayenne
- một nhúm quế
- muối để nếm

HƯỚNG DẪN:

a) Rửa sạch đậu phụ và lau khô bằng giấy ăn càng nhiều càng tốt. Cắt nó thành lát dày 1,5 cm và bọc thêm trong giấy ăn.

b) Đặt một vật nặng lên trên để chiết được càng nhiều chất lỏng càng tốt và chuẩn bị nước sốt trong lúc đó.

c) Cho bia, xi-rô cây thùa, xi-rô cây thích hoặc xi-rô gạo ngọt vào tô trộn.

d) Trong một bát trộn, trộn bột cà chua, nước tương, bột thì là và ớt bột hun khói hoặc ngọt. Thêm một chút quế và một chút ớt bột hoặc ớt cayenne.

e) Ướp đậu phụ càng lâu càng tốt trước khi nướng.

74.Pierogi khoai lang

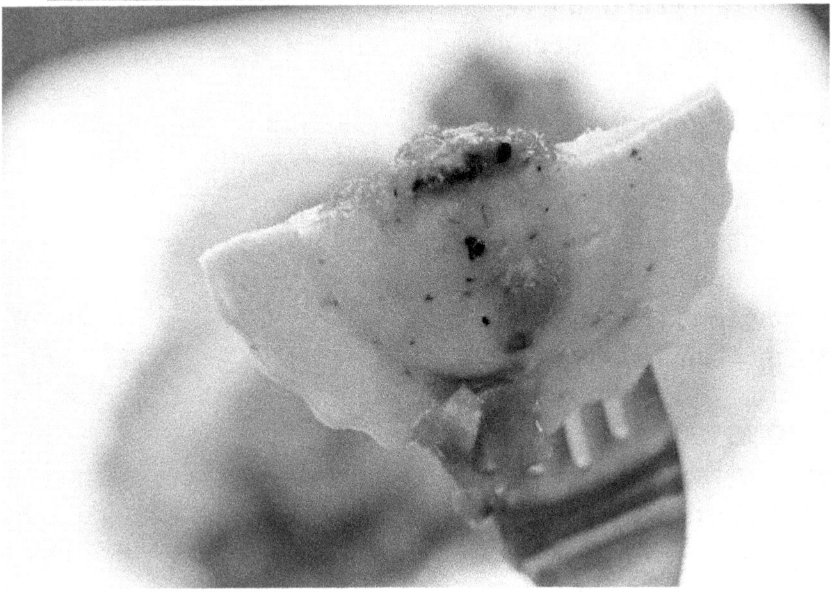

THÀNH PHẦN:

BỘT

- Bột mì đa dụng 3C up
- 1 thìa cà phê muối biển
- 1 ly nước
- 1 muỗng canh dầu thực vật

ĐỔ ĐẦY

- 3 1/2 C khoai lang, gọt vỏ và cắt hạt lựu
- 2 tép tỏi, băm nhỏ
- 2 muỗng canh men dinh dưỡng
- 2 muỗng canh bơ dừa thuần chay
- 1/2 thìa cà phê thì là tươi
- 1/4 thìa cà phê xô thơm khô
- 1/4 thìa cà phê muối biển
- 1/4 thìa cà phê tiêu đen xay

HƯỚNG DẪN:

a) Đun sôi một nồi nước muối, sau đó đun sôi các khối khoai lang trong 10 phút hoặc cho đến khi chín và mềm.

b) Làm bột bằng cách kết hợp bột mì đa dụng và muối biển trong khi nấu khoai lang. Sau đó cho nước và dầu vào trộn đều.

c) Nhào bột trên mặt phẳng đã rắc chút bột mì cho đến khi bột quyện lại và hơi dính nhưng không dính tay. Bột nhào nhẹ.

d) Chia bột làm đôi và bọc từng quả bóng nhỏ hơn trong màng bọc thực phẩm. Trong khi làm nhân, hãy làm nguội bột.

e) Xả khoai lang và nghiền chúng với các nguyên liệu làm nhân còn lại,

f) Làm lạnh cho đến khi pierogi sẵn sàng để đổ đầy.

g) Nếu bạn định nấu bánh nướng ngay, hãy bắt đầu đun sôi một nồi nước muối lớn trong khi cuộn, cắt và đổ bánh vào.

h) Cán một viên bột cho đến khi nó dày 1/16 inch trên bề mặt có phủ một ít bột mì. Cắt các hình tròn bột bằng khuôn cắt bánh quy tròn 3, 12 đến 4 inch.

i) Trong khi cán bột và cắt các hình tròn, đặt từng miếng lên khay hoặc khay nướng đã phủ một lớp bụi nhẹ và phủ khăn trà lên. Lặp lại với quả bóng bột còn lại.

j) Trên một mặt của mỗi viên bột, trải 12 đến 34 thìa nhân khoai lang. Giữ một đĩa nước nhỏ gần đó.
k) Dùng ngón tay chấm một ít nước lên mép của nửa hình tròn, gấp mặt còn lại của bột lên trên phần nhân, ấn nhẹ và gấp nhẹ hai mặt lại với nhau để bịt kín bánh pierogi.
l) Không xếp chồng lên nhau, xếp từng chiếc bánh pierogi vào khay hoặc khay nướng đã rắc bột mì.
m) Đun sôi bánh pierogi theo từng mẻ nhỏ cho đến khi chúng nổi lên trên, khoảng 1 đến 2 phút. Dùng thìa có rãnh, lấy chúng ra khỏi nước và đặt chúng lên khay nướng hoặc đĩa.
n) Ngay trước khi ăn, hãy nấu từng mẻ bánh pierogies trên chảo với bơ dừa thuần chay trên lửa vừa cho đến khi có màu vàng nâu, khoảng 2 đến 3 phút mỗi mặt.
o) Ăn kèm với kem dừa thuần chay hoặc kem dừa hạt điều cay, hành tây caramen và/hoặc nấm chiên!

75.V egan

THÀNH PHẦN:

- 2 muỗng canh hạt lanh xay
- 2 thìa nước cốt chanh
- 450g/16oz. Rau chân vịt tươi
- 3 muỗng canh men dinh dưỡng
- 2 tép tỏi, băm nhuyễn
- chất ½ muỗng cà phê muối, nhiều hơn để nếm thử
- ¼ thìa cà phê tiêu, tùy khẩu vị
- một lượng lớn hạt nhục đậu khấu xay, điều chỉnh theo khẩu vị
- 2 chén vụn bánh mì thô
- dầu để nướng hoặc chiên

HƯỚNG DẪN:

a) Trong một bát nhỏ, trộn hạt lanh/hạt chia đã xay, 2 thìa nước cốt chanh và 60 ml/14 thìa nước. Để thời gian cho nước sốt đặc lại.

b) Chần rau muống trong nước sôi khoảng 1-2 phút, lọc lấy nước rồi ngâm ngay vào tô nước đá hoặc xả qua nước lạnh để giữ màu.

c) Dùng tay vắt ra càng nhiều nước càng tốt từ rau bina. Băm nhuyễn rau muống khô.

d) Trong một đĩa trộn, trộn tất cả nguyên liệu trừ vụn bánh mì (và dầu). Dần dần thêm vụn bánh mì vào, đảm bảo hỗn hợp không quá khô hoặc quá ẩm. Nếu hỗn hợp quá ướt, bạn có thể không cần hết vụn bánh mì hoặc có thể cần nhiều hơn một chút. Đi cùng với sự gan dạ của bạn.

e) Dùng tay tạo thành những quả bóng nhỏ có kích thước bằng quả óc chó từ hỗn hợp. Làm lạnh trong ít nhất 2 giờ.

f) Nếu bạn muốn chiên các viên rau bina, hãy phủ chúng thêm vụn bánh mì .

g) Bạn có thể nướng chúng trong khoảng 20 phút ở nhiệt độ 180° C / 355° F trên khay nướng có phết dầu, xoay chúng nửa chừng hoặc chiên chúng trong một lượng dầu vừa đủ cho đến khi chín vàng tất cả các mặt.

76.Khoai tây và Bánh cà rốt

THÀNH PHẦN:
BỘT:

- Bột mì đa dụng – 500g
- Nước ấm – 230 ml
- Muối – 1,5 thìa cà phê
- Dầu ô liu – 2 muỗng canh

ĐỔ ĐẦY:

- Khoai tây – 600g
- 1 cốc pho mát egan e
- Muối - 1,5 muỗng cà phê
- Hành tây – 1 củ lớn, thái nhỏ
- Tiêu xay – 1 thìa cà phê
- Hạt nhục đậu khấu xay – 2 nhúm (tùy chọn)

CHIÊN RÁN:

- bơ dừa – 1 muỗng canh

TRÌNH BÀY:

- Hẹ xắt nhỏ và hành tây caramen.

HƯỚNG DẪN:
ĐỔ ĐẦY:

a) Đun nóng dầu ô liu trong chảo và nhẹ nhàng xào hành tây xắt nhỏ cho đến khi vàng nâu.

b) Đặt khoai tây vào nồi vừa với lượng nước vừa đủ. [Có thể sử dụng nồi áp suất hoặc nồi nấu ngay.] Cho nước vào nồi đun sôi trên lửa lớn. Nấu trong khoảng 15 phút hoặc cho đến khi khoai tây mềm. Hãy chắc chắn rằng bạn không nấu nó quá chín.

c) Cho khoai tây trở lại nồi sau khi đã ráo nước trong một cái chao. Dùng máy nghiền khoai tây, nghiền khoai tây và thêm sữa làm từ thực vật, hạt tiêu, phô mai, nhục đậu khấu và hành tây caramen. Có cả muối nữa.

BỘT:

d) Trộn bột mì, dầu ô liu và muối vào chậu trộn. Trộn kỹ và thêm nước dần dần. Nhào bột bằng tay sau khi bột đã được trộn kỹ. Nếu bạn không thể làm cho nó kết hợp với nhau, hãy thêm nước. Mang thêm bột mì nếu bạn cho rằng mình đã thêm quá nhiều nước.

e) Nhào bột trong 5-10 phút rồi đặt sang một bên. Bột sẽ trở nên mịn hơn và đàn hồi hơn sau khi nhào. Nhưng không phải theo cách dính chặt!

f) Đậy nắp và để yên trong 30 phút để thư giãn.

g) Sau khi bột đã nghỉ, rắc bột mì lên bề mặt cán bột, lấy một miếng bột cán mỏng 1-2 mm. Bạn có thể làm càng mỏng thì bánh bao sẽ càng ngon.

h) Cắt các hình tròn trên bột bằng một tấm kính lộn ngược.

i) Đặt một thìa cà phê nhân vào giữa mỗi hình tròn, gấp làm đôi và dùng ngón tay ấn các góc hình bán nguyệt lại với nhau.

j) Trong một nồi nước lớn, đun sôi bánh nướng .

k) Nấu bánh trong vòng 3-4 phút hoặc cho đến khi nổi lên, dùng thìa có rãnh để vớt từng chiếc.

l) Tiếp tục nấu mẻ mới cho đến khi chín hết.

77.Bánh bao luộc

THÀNH PHẦN:

- 1 ½ chén bột mì đa dụng đã rây
- ½ muỗng cà phê muối
- ¼ thìa cà phê bột nở
- ½ cốc bơ thực vật
- Khoảng ¼ cốc nước

HƯỚNG DẪN:

a) Làm nóng lò ở nhiệt độ 400 độ F. Kết hợp các thành phần khô trong một cái rây.

b) Cắt bơ thực vật bằng máy cắt bánh ngọt, sử dụng lượng nước vừa đủ để giữ hỗn hợp lại với nhau.

c) Cán bột như vỏ bánh trên tấm bột mì. Cắt các hình vuông thành hình vuông 3 inch.

d) Đặt khoảng 1 muỗng cà phê nhân vào giữa mỗi hình vuông. Gấp các hình vuông làm đôi để che phủ hoàn toàn phần nhân. Dùng nĩa, gấp các cạnh lại với nhau.

e) Nướng trong 20 phút hoặc cho đến khi có màu vàng nâu trên tấm bánh quy chống dính.

78.Pierogi việt quất

THÀNH PHẦN:

CHO BỘT

- 2 cốc (500 g) bột mì đa dụng
- 1 cốc sữa thực vật nóng
- 1 thìa cà phê muối

ĐỐI VỚI NHIỀU BLUEBERRY

- 2 cốc quả việt quất/quả việt quất
- 1 muỗng canh bột mì đa dụng

PHỦ BÊN TRÊN THỨC ĂN

- kem ngọt, 12% hoặc 18%
- một nhúm kem/đường bột để rắc lên

HƯỚNG DẪN:

CHO BỘT

a) Rây bột và chọc một lỗ ở giữa vòm bột. Đổ một ít sữa thực vật nóng vào hỗn hợp và khuấy đều. Nhào nhanh, thêm sữa thực vật nếu cần để đạt được khối bột mềm, đàn hồi.

b) Tách bột thành nhiều phần. Cán mỏng phần đầu tiên của bột trên mặt bàn đã phủ bột mì.

c) Cán bột bằng cây cán bột thành tấm mỏng. Dùng dao hoặc dao cắt hình tròn để cắt bột.

ĐỐI VỚI NHIỀU BLUEBERRY

d) Rửa sạch quả việt quất tươi dưới vòi nước mát.

e) Lấy quả mọng đông lạnh ra khỏi tủ đông ngay trước khi làm bánh pierogi (bánh bao sẽ dễ kết hợp hơn với trái cây đông lạnh)

f) Lau khô trên khăn giấy, trải lên khay và rắc 1 thìa bột mì.

g) Ở giữa mỗi vòng tròn bột, đặt một muỗng cà phê quả việt quất. Gấp bột lên trên phần nhân và gấp mép lại với nhau. Tiếp tục cho đến khi hết bột và quả việt quất.

HOÀN THÀNH

h) Đun sôi nước muối trong nồi. Giảm nhiệt xuống mức thấp và giữ nó ở đó.

i) Thêm bánh bao và nấu trong 5–6 phút hoặc cho đến khi chúng nổi lên.

j) Trong lúc chờ đợi, hãy chuẩn bị một ít kem ngọt. Cho một ít kem vào chậu trộn, thêm một ít đường bột/đường bột vào rồi khuấy đều. Cắn một miếng xem đã đủ ngọt chưa. Nếu chưa đủ ngọt, hãy thêm đường và thử lại.

k) Dùng thìa có rãnh, lấy bánh pierogi ra khỏi chảo. Bày ra đĩa với một ít kem ngọt ở trên.

79.Kolache mơ

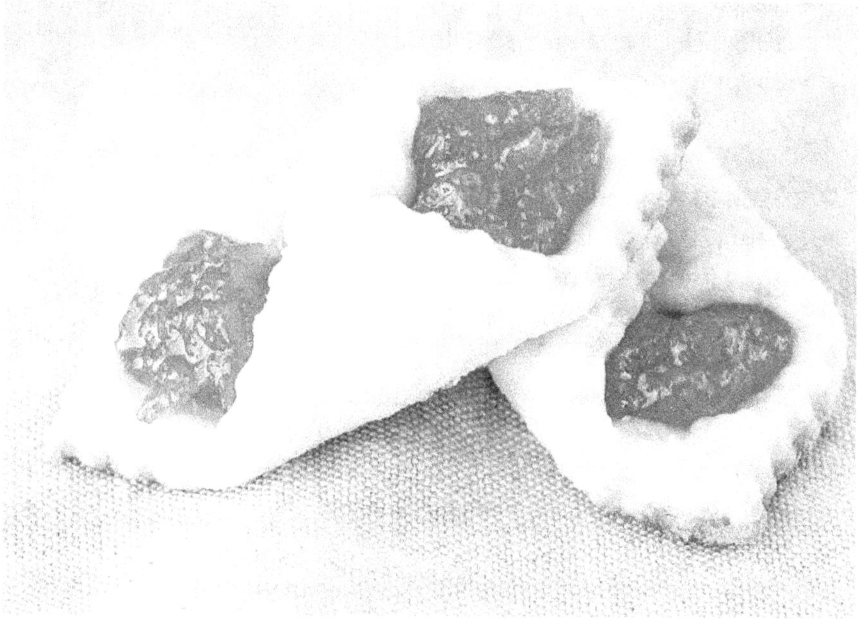

THÀNH PHẦN:

ĐỂ ĐIỀN

- 100g (4 oz.) quả mơ khô
- 350ml nước
- 2 muỗng canh đường bột

CHO BỘT

- 225g (8 oz.) bơ dừa , làm mềm
- 1 hũ (200g) phô mai thuần chay, làm mềm
- 150g (5 oz.) đường bột
- 250g (9 oz.) bột mì thường

HƯỚNG DẪN:

a) Để làm nhân, cho mơ và nước vào một cái chảo nặng rồi nấu, đậy nắp, trên lửa vừa trong 10 phút hoặc cho đến khi mơ mềm.

b) Nghiền mơ, thêm 2 thìa đường, để nguội. Loại bỏ khỏi phương trình.

c) Để làm bột, trộn bơ dừa và phô mai thuần chay cho đến khi mềm và mịn, sau đó thêm 150g đường vào trộn đều.

d) Trộn bột thật đều. Tạo khối bột thành một quả bóng và để nguội trong một giờ.

e) Trên một bề mặt đã được rắc bột mì kỹ, tạo ra một nửa số bột và làm việc với nó. Cắt thành các hình vuông có cạnh 5 cm sau khi cán thành độ dày 0,25 cm.

f) Đặt 1/2 muỗng cà phê nhân mơ vào giữa hình vuông. Đưa bốn góc vào giữa, ấn chúng lại với nhau để bịt kín.

g) Nướng khoảng 15 phút ở 200°C/Mốc gas 6.

món tráng miệng

80.tiếng Ukraina

THÀNH PHẦN:

- 4 chén bột mì đã rây
- 6 quả trứng
- 1 cốc kem chua
- 2 thìa đường
- ¼ thìa cà phê muối
- 1 thìa cà phê Vani
- 2 thìa bơ
- ½ muỗng cà phê Hương hạnh nhân
- Lòng đỏ - đánh tốt

HƯỚNG DẪN:

a) Đánh lòng đỏ trứng cho đến khi nhạt màu. Thêm vào các thành phần khô cùng với kem chua, vani, bơ và hương liệu hạnh nhân. Nhào kỹ.

b) Cuộn đến độ dày ⅛ inch. Cắt thành dải 1 x 3 inch bằng bánh ngọt.

c) Tạo một khe dọc ở giữa mỗi dải và kéo một đầu qua.

d) Chiên trong mỡ nóng nóng trong khoảng 2 phút hoặc cho đến khi có màu nâu nhạt. Xả trên giấy dày.

e) Khi lạnh, rắc đường bánh kẹo.

81.Bánh phô mai Ucraina

THÀNH PHẦN:

- loại bánh mì ngắn
- 2 cốc phô mai
- ½ cốc Đường; dạng hạt
- 2 thìa cà phê bột bắp
- ½ cốc Quả óc chó; Băm nhỏ,
- 3 quả trứng; Lớn, tách biệt
- ½ cốc kem chua
- 1 thìa cà phê vỏ chanh; Nạo

HƯỚNG DẪN:

a) Làm nóng lò ở nhiệt độ 325 độ F.

b) Nhấn phô mai qua rây và để ráo nước.

c) Trong một tô trộn lớn, đánh lòng đỏ trứng cho đến khi nhẹ và sủi bọt, sau đó thêm đường từ từ vào, tiếp tục đánh cho đến khi thật nhẹ và mịn.

d) Thêm phô mai tươi vào hỗn hợp trứng, trộn đều, sau đó thêm kem chua, bột bắp, vỏ chanh và quả óc chó (nếu muốn). Khuấy đều cho đến khi tất cả nguyên liệu hòa quyện và hỗn hợp mịn.

e) Trong một tô trộn lớn khác, đánh lòng trắng trứng cho đến khi tạo thành chóp mềm, sau đó nhẹ nhàng trộn chúng vào bột. Đổ hỗn hợp vào vỏ bánh đã chuẩn bị sẵn và nướng trong khoảng 1 giờ.

f) Làm nguội đến nhiệt độ phòng trước khi phục vụ.

82.Bajaderki

THÀNH PHẦN:

BÁNH NGỌT

- ½ kg bánh ngọt hoặc bánh quy làm sẵn (bánh nướng xốp, bánh hạnh nhân, v.v.)
- 1 chén dừa vụn
- 1 cốc nho khô
- ½ chén các loại hạt thái nhỏ bất kỳ
- 1 chén bánh quy giòn vụn
- Rượu có hương vị các loại (dành cho người lớn), số lượng tùy theo thể tích
- 2–3 thìa mứt nho đen
- Nước ép và vỏ từ 1 quả chanh

ĐÓNG BĂNG

- 100 gram sôcôla đen
- 1 muỗng cà phê dầu dừa

HƯỚNG DẪN:

BỘT

a) Để tạo thành một hỗn hợp đồng nhất, hãy cẩn thận nghiền nát bánh quy bằng tay. Để tạo ra một hỗn hợp đặc giống như đất sét có thể so sánh với hỗn hợp nấm truffle, hãy kết hợp hạnh nhân, dừa, nước cốt chanh và vỏ, nho khô, rượu vang và mứt.

b) Đặt trong tủ lạnh trong 1 giờ.

c) Sau đó vo bột thành những viên có kích thước bằng quả óc chó lớn hoặc lớn hơn. Đặt chúng trên một tấm nướng bánh.

ĐÓNG BĂNG

d) Trong bồn nước, làm tan chảy sô cô la và dầu dừa.

e) Chèn từng quả bóng một vào lớp phủ sương. Dùng nĩa lật chúng lại và đặt chúng lên giấy nướng.

f) Làm lạnh các quả bóng trong 2 giờ hoặc cho đến khi lớp kem cứng lại.

83.Mazurek với kem sô cô la

THÀNH PHẦN:

BỘT

- 2 chén bột mì thường hoặc bột mì thường
- 100 g dầu dừa lỏng
- 1 muỗng canh tinh bột
- 2 muỗng canh đường bột chưa tinh chế
- 10–12 thìa nước lạnh

KEM

- 15 lá bạc hà
- 1½ chén đậu trắng nấu chín
- 100 gram sô cô la đen (70% chất rắn ca cao)
- nước ép và vỏ của 1 quả cam
- 1 thìa cà phê quế
- 2–3 thìa cà phê xi-rô chà là hoặc xi-rô khác

HƯỚNG DẪN:

BỘT

a) Trộn bột mì, tinh bột và đường bột vào tô trộn. Trộn đều dầu dừa vào. Từ từ đổ nước vào. Nhào thật kỹ.

b) Bột phải mềm và đàn hồi, tương tự như bột làm bánh pierogis. Cán nó trên giấy nướng với độ dày 4–5 mm. Tạo một hình chữ nhật hoặc hình dạng khác từ giấy. Dùng nĩa đâm khắp người.

c) Làm nóng lò ở 190°C/375°F và nướng trong 20 phút. Dành thời gian để làm mát.

KEM

d) Cho đậu, bạc hà và xi-rô vào máy xay cho đến khi mịn.

e) Đun sôi nước trái cây và vỏ. Khuấy sô cô la cho đến khi nó tan chảy. Trộn đậu đã trộn và quế một cách cẩn thận.

f) Phết kem lên bánh phồng và trang trí lên trên. Làm lạnh cho đến khi kem đặc lại.

84.Bánh Bundt men bí ngô

THÀNH PHẦN:

- 1 cốc mousse bí ngô
- 2½ chén bột mì thường hoặc bột mì làm bánh mì
- ½ cốc sữa thực vật bất kỳ
- 7 gam men khô
- ½ chén đường mía hoặc bất kỳ loại đường chưa tinh luyện nào khác
- nước ép và vỏ của 1 quả chanh
- 1 muỗng canh dầu dừa lỏng
- 1 cốc nam việt quất khô

HƯỚNG DẪN:

a) Trộn bột mì, men, đường và quả nam việt quất vào tô trộn.

b) Trong một cái chảo nhỏ, đun nóng từ từ mousse bí ngô, sữa thực vật, nước cốt chanh, vỏ và dầu dừa. Nhào các nguyên liệu ướt vào bột. Việc này sẽ mất khoảng 8 phút để hoàn thành.

c) Rắc một lớp bột mỏng lên khuôn Bundt và bôi mỡ. Đặt bột vào chảo, đậy lại và để bột nở trong 1 giờ ở nơi ấm áp.

d) Làm nóng lò ở 180°C/350°F và nướng trong 35 phút (cho đến khi xiên que gỗ ra sạch).

85.Kem cuộn

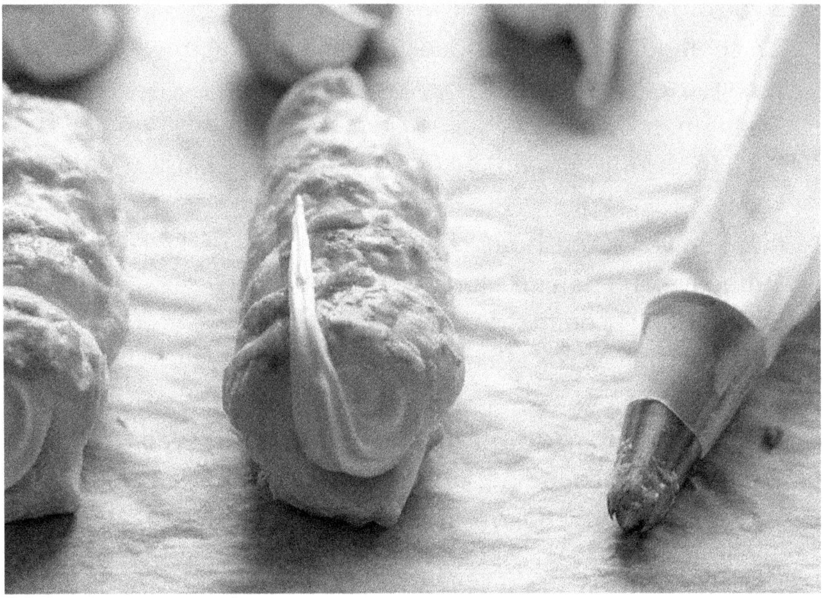

THÀNH PHẦN:

BỘT

- 2 ½ chén bột mì thường hoặc bột mì thường
- ¾ cốc kem thuần chay (ví dụ như kem đậu nành tự làm)
- 2 muỗng canh đường bột chưa tinh chế
- 100 gram dầu dừa lỏng
- 1 muỗng canh tinh bột

KEM

- 2 lon sữa dừa làm từ thực vật (mỗi lon 400 gam, 17% chất béo, 75% dừa, để trong tủ lạnh 1-2 ngày)
- 1 muỗng canh đường bột chưa tinh chế
- 2 muỗng cà phê chiết xuất vani
- 1 vỏ chanh

HƯỚNG DẪN:

BỘT

a) Nhào tất cả nguyên liệu cho đến khi bột mịn.

b) Cán bột cho đến khi dày 2-3mm. Cắt thành dải rộng 1 cm. Làm lạnh trong 10 phút trước khi phục vụ.

c) Đặt các cuộn bánh lên khay nướng có lót giấy nến. Làm nóng lò ở 200°C/400°F và nướng trong 15 phút. Để chúng nguội một chút trước khi lấy chúng ra khỏi các góc. Lặp lại cho đến khi bạn dùng hết bột.

KEM

a) Từ lon, loại bỏ phần rắn màu trắng của nước cốt dừa. Dùng đường bột, trộn đều.

b) Trộn cẩn thận chiết xuất vani và vỏ chanh.

c) Cho kem vào túi bắt kem và bắt nhân vào các cuộn bánh rỗng. Bạn có thể dùng trái cây để trang trí hoặc dùng đường bột để phủi bụi trên chúng.

86.bánh xốp

THÀNH PHẦN:

- 5 tấm wafer hình chữ nhật lớn
- ½ kg mứt lý chua đen
- 3 chén đậu xanh luộc (ít nhiều 1 chén khô)
- 1 lon sữa dừa làm từ thực vật
- 1 muỗng cà phê chiết xuất vani
- 2 muỗng canh đường mía
- 2 thìa ca cao
- 200 gram sô cô la đen (70% chất rắn ca cao)

HƯỚNG DẪN:

a) Mở lon sữa dừa và loại bỏ phần chất rắn màu trắng. Đun sôi trong nồi. Tắt lửa và khuấy đều sô cô la, ca cao, chiết xuất vani và đường.

b) Khuấy đều cho đến khi tất cả nguyên liệu tan chảy. Trộn đậu xanh hoàn toàn.

c) Đặt tấm wafer lên một miếng gỗ. Phủ nó bằng một nửa kem và miếng bánh xốp còn lại.

d) Phết một nửa mứt lên đó. Lặp lại với các tấm kem, mứt và bánh xốp còn lại. Nhẹ nhàng nhấn nút.

e) Đặt trong tủ lạnh trong 4-5 giờ.

87.Bánh táo ngày lễ

THÀNH PHẦN:

- 3 chén bột mì thường hoặc bột mì thường
- 2 muỗng canh tinh bột
- 2 muỗng canh đường bột chưa tinh chế
- 50 gram dầu dừa lỏng
- 15 muỗng canh nước lạnh
- 2 kg táo nấu ăn
- 1 thìa cà phê quế
- 1 thìa cà phê thảo quả xay
- 1 cốc nho khô
- 1 cốc quả óc chó
- 1 cốc vụn bánh mì

HƯỚNG DẪN:

a) Trộn bột mì, tinh bột, đường bột và dầu dừa một cách cẩn thận. Mỗi lần thêm một thìa nước, trộn hoặc nhào bột sau mỗi lần thêm. Nhào bột cho đến khi có độ đàn hồi và mịn sau khi tất cả các nguyên liệu đã được trộn đều.

b) Chia bột thành hai nửa bằng nhau. Một trong số chúng phải được lăn ra trên một tờ giấy nướng có kích thước 20 x 30 cm/8 x 12 inch. Dùng nĩa đâm vào bột nhiều lần, đặt lên khay nướng và để nguội trong 30 phút. Đặt phần bột còn lại vào ngăn đá tủ lạnh trong 45 phút.

c) Lấy khay ra khỏi tủ lạnh và nướng ở nhiệt độ 190°C trong 15 phút. Cho phép bản thân thư giãn. Trong khi đó, chuẩn bị sẵn táo.

d) Gọt vỏ táo và loại bỏ lõi. Dùng dụng cụ vắt hoặc dụng cụ cắt lát mandolin để bào phô mai. Kết hợp quế, nho khô và quả óc chó cắt nhỏ vào tô trộn. Bạn có thể thêm mật ong nếu táo quá chua.

e) Rải đều vụn bánh mì lên đế nướng nửa chừng. Tiếp theo, những quả táo nên được rải trên bánh phồng.

f) Đặt bột đông lạnh lên trên những quả táo và nướng. Làm nóng lò ở 180°C/350°F và nướng trong 1 giờ.

88.Bánh quy gừng khoai tây

THÀNH PHẦN:

- ½ kg khoai tây gọt vỏ
- 5 muỗng canh dầu dừa lỏng
- ½ cốc xi-rô chà là hoặc xi-rô khác
- 2 thìa cà phê baking soda
- 2½ chén bột mì thường hoặc bột mì thường
- ½ cốc tinh bột
- 4 muỗng canh gia vị bánh gừng
- 1 muỗng canh ca cao

HƯỚNG DẪN:

a) Nấu khoai tây cho đến khi mềm, sau đó để nguội và xay bằng máy nghiền khoai tây. Trộn xi-rô chà là và dầu dừa vào một cái bát.

b) Trong một chậu riêng, trộn bột mì, tinh bột, baking soda và gia vị bánh gừng. Nhào bột sau khi thêm chất lỏng.

c) Phủi bột mì lên tấm nướng bánh hoặc tấm lót bánh ngọt rồi cán bột thành độ dày khoảng 5 mm.

d) Sử dụng máy cắt bánh quy, cắt ra nhiều hình dạng khác nhau. Làm nóng lò ở 170°C/325°F và nướng trong 10 phút. Để nguội và trang trí tùy thích.

89.Táo nướng với trái cây và các loại hạt

THÀNH PHẦN:

- 6 quả táo nướng, rửa sạch và bỏ lõi
- 6 muỗng canh chất làm ngọt dạng hạt thuần chay
- 6 muỗng canh mứt dâu hoặc mơ
- ½ chén quả óc chó cắt nhỏ

HƯỚNG DẪN:

a) Làm nóng lò ở nhiệt độ 350 độ F. Đặt táo vào đĩa nướng, đảm bảo chúng chạm vào nhau và vừa khít.
b) Trong lõi của mỗi quả táo, đặt 1 muỗng cà phê đường, sau đó là chất bảo quản. Thêm các loại hạt như một bước hoàn thiện. Nên thêm một inch nước vào đĩa nướng.
c) Làm nóng lò ở nhiệt độ 350°F và nướng trong 30 phút hoặc cho đến khi táo mềm.
d) Phục vụ ngay lập tức hoặc thư giãn.

90.Bánh phô mai Berry thuần chay e

THÀNH PHẦN:

- phô mai kem thuần chay (8oz / 225 g)
- 0,5 oz. Agar Agar + 1 cốc nước nóng
- 1 hộp (3oz) thạch chanh thuần chay + 1 cốc nước nóng
- 1/4 chén đường bột
- bánh xốp
- Dâu tây tươi hoặc quả mâm xôi
- 2 hộp (3 oz. mỗi hộp) thạch dâu thuần chay

HƯỚNG DẪN:

a) Trong một cốc nước nóng, hòa tan 2 gói Agar và 1 cốc thạch chanh.

b) Khi phô mai đã sẵn sàng, đánh trong khoảng 2 phút hoặc cho đến khi mịn. Agar Agar và jello nên được thêm vào từng chút một.

c) Trộn cho đến khi hết vón cục. Thêm đường và tiếp tục đánh cho đến khi mọi thứ được trộn đều.

d) Đặt bánh xốp vani ở dưới cùng của khuôn lò xo. Đổ đầy hỗn hợp kem phô mai vào chảo. Làm lạnh trong ít nhất 2 giờ .

e) Làm thạch dâu với lượng nước bằng một nửa (mỗi hộp 1 cốc, tổng cộng 2 hộp có 2 cốc). Để nguội trong vài phút.

f) Đặt dâu tây lên trên hỗn hợp phô mai đã chuẩn bị sẵn. Để trong tủ lạnh cho đến khi thạch cứng lại rồi đổ lên dâu tây.

91.Bánh pudding hạt ngọt

THÀNH PHẦN:

- 1 cốc quả lúa mì hoặc lúa mạch
- 4 muỗng canh si-rô phong
- ½ cốc (115 g) đường
- 2 cốc (450 g) hạt anh túc
- bánh ngọt

HƯỚNG DẪN:

a) Ngâm quả lúa mì qua đêm sau khi rửa sạch.

b) Ngâm hạt trong nước cho mềm rồi vớt ra rổ để ráo.

c) Kết hợp hạt anh túc, xi-rô cây phong, đường, bakalie và lúa mì vào tô trộn.

92.Bánh quy lưỡi liềm quả óc chó

THÀNH PHẦN:

- 1⅓ cốc (150 g) bột mì
- 6 muỗng canh bơ dừa
- ⅓ cốc (65 g) quả óc chó nghiền mịn
- ¼ cốc (55 g) đường

HƯỚNG DẪN:

a) Làm nóng lò ở nhiệt độ 300 độ F (150 độ C).
b) Trộn tất cả nguyên liệu lại với nhau thành bột.
c) Dùng tay cán bột thành sợi dây dài và cắt bột mỗi 3 inch (7,5 cm).
d) Tạo thành hình lưỡi liềm từ mỗi miếng và đặt lên khay nướng.
e) Nướng trong khoảng 20 phút hoặc cho đến khi bánh có màu nâu nhạt. Để nguội trước khi rắc đường bột.

93.Mận hầm

THÀNH PHẦN:

- 2 lb. (900 g) mận tươi
- tùy chọn: ¾ cốc (170 g) đường

HƯỚNG DẪN:

a) Rửa sạch mận và loại bỏ các hạt.
b) Đun sôi mận với một lượng nước nhỏ (vừa đủ ngập mận) và thỉnh thoảng khuấy đều.
c) Đường có thể được thêm vào sau hai giờ để có hương vị ngọt ngào hơn.
d) Khi nước hầm đặc lại và phần lớn nước đã bay hơi hết thì đổ vào lọ thủy tinh và bảo quản ở nơi thoáng mát.
e) Khi kết thúc thời gian nấu, hãy thêm hạt nhục đậu khấu, nước cốt chanh hoặc quế để tăng thêm hương vị.

94.mứt cam

THÀNH PHẦN:

- 2 lb. (900 g) trái cây tươi, như táo, lê, mơ, anh đào và/hoặc dâu tây
- 1¾ cốc (395 g) đường

HƯỚNG DẪN:

a) Tùy thuộc vào loại trái cây bạn đang sử dụng, hãy làm sạch, gọt vỏ và bỏ hột.
b) Đun sôi với một lượng nước nhỏ (vừa đủ ngập), thỉnh thoảng khuấy đều.
c) Nghiền nhuyễn trong máy xay hoặc xay theo lỗ nhỏ nhất khi trái cây mềm.
d) Nấu trên lửa nhỏ cho đến khi khối đặc lại, khuấy liên tục.
e) Đổ vào lọ thủy tinh và bảo quản trong tủ lạnh.

95.bánh phục Sinh

THÀNH PHẦN:

Vỏ bánh mì ngắn

- 1 ½ chén bột mì
- ½ chén đường, loại mịn
- ½ cốc bơ dừa
- 1 muỗng cà phê chiết xuất vani (tùy chọn)

PHỦ BÊN TRÊN THỨC ĂN

- 1 ½ cốc Dulce de leche thuần chay
- các loại hạt, hoa quả sấy khô, bánh kẹo trang trí

HƯỚNG DẪN:

a) Trong máy xay thực phẩm, trộn bột mì, đường và xay cho đến khi mịn. Sau đó cho bơ dừa đã cắt nhỏ vào, đánh cho đến khi nhuyễn.

b) Kết hợp nước và tinh chất vani tùy chọn trong một bát riêng.

c) Làm nóng lò ở nhiệt độ 350°F và đẩy bột vào chảo bạn chọn. Hoặc tạo các cạnh bằng cách ấn bột lên các cạnh hoặc tạo một cạnh trang trí riêng bằng một ít bột.

d) Dùng nĩa chọc vào đáy bột để bột không bị phồng lên. Sau đó nướng ở nhiệt độ 375 độ F trong khoảng 30 phút.

e) Tùy thuộc vào kích thước và hình dạng chảo của bạn, nướng vỏ bánh trong 20-35 phút trên giá giữa của lò. Vỏ bánh sẽ chuyển sang màu vàng và căn bếp của bạn sẽ tràn ngập mùi thơm của bơ dừa. Để nguội sau khi lấy ra khỏi lò.

f) Sử dụng Vegan Dulce de leche hoặc bất kỳ loại caramel phết nào khác. Làm nóng caramel bằng cách cho vào nồi. Đổ caramen vào vỏ bánh và để yên trong vài phút.

g) Chuẩn bị các đồ trang trí có thể ăn được trong khi chuẩn bị caramen.

96.Pudding sữa trứng vani

THÀNH PHẦN:

- ½ vỏ đậu vani, có thể phụ với ½ thìa tinh chất vani
- 2 cốc + 2 thìa sữa thực vật
- 5-7 thìa cà phê đường
- 3 thìa bột khoai tây, có thể thay thế bằng bột ngô hoặc bột bắp
- 3-4 muỗng cà phê xi-rô mâm xôi, để phục vụ, tùy chọn

HƯỚNG DẪN:

a) Cắt một nửa quả vani theo chiều dọc và dùng dao cạo sạch đậu. Loại bỏ khỏi phương trình.

b) Đun sôi 1,5 cốc (350 mL) sữa thực vật, đậu vani và đường.

c) Trộn bột khoai tây với sữa thực vật nguội còn lại. Khuấy nhanh bằng máy đánh trứng để tránh bị vón cục trong sữa thực vật đang sôi.

d) Đun sôi, sau đó đun nhỏ lửa, khuấy liên tục trong khoảng 1 phút hoặc cho đến khi sữa trứng đặc lại.

e) Đổ vào từng ly hoặc đĩa tráng miệng sau khi lấy ra khỏi bếp.

f) Rưới lên trên một vài giọt xi-rô mâm xôi và dùng ngay.

97.C ream F udge

THÀNH PHẦN:

- 1/2 chén đường
- 2–14 ounce sữa đặc có nguồn gốc từ thực vật
- 1/3 chén bơ dừa

HƯỚNG DẪN:

a) Kết hợp đường và sữa đặc có nguồn gốc thực vật trong một nồi vừa. Khi nó bắt đầu sôi, giảm nhiệt xuống thấp và tiếp tục khuấy nhẹ nhàng và liên tục. Cần hết sức thận trọng khi khuấy.

b) Sau 15–20 phút đun sôi, đưa hỗn hợp về nhiệt độ 225–235°F. Nhấc chảo ra khỏi bếp và thêm bơ dừa vào, khuấy liên tục trong 3 phút.

c) Đổ bột vào chảo đã chuẩn bị sẵn và để nguội hoàn toàn trước khi cho vào tủ lạnh ít nhất 30 phút.

d) Lấy nó ra khỏi chảo và cắt thành từng miếng. Quấn giấy sáp xung quanh mỗi cái. Các phần đã gói phải được bảo quản trong hộp có nắp đậy để tránh bị khô.

98.Hạnh nhân trong C hocolate Plums

THÀNH PHẦN:

- 24 mận, rỗ (mận khô)
- 24 hạnh nhân nguyên hạt, nướng
- số 8 ounce sôcôla bán ngọt
- các loại hạt nghiền nát, để trang trí

HƯỚNG DẪN:

a) Làm nóng lò ở nhiệt độ 350°F và lót khay nướng bằng giấy nhôm hoặc giấy sáp.

b) Cho sô cô la vào lò vi sóng cho đến khi tan chảy hoàn toàn.

c) Tiếp tục khuấy cho đến khi sô-cô-la mịn, sau đó để nguội một chút trong khi chuẩn bị mận.

d) Đặt một quả hạnh nhân vào giữa mỗi quả mận, mỗi quả một quả.

e) Nhúng từng quả mận vào sô-cô-la, sao cho ngập hết sô-cô-la.

f) Đặt kẹo lên khay nướng đã chuẩn bị sẵn và trong khi sô cô la vẫn còn ướt, rắc các loại hạt nghiền lên trên nếu muốn.

g) Sau khi đặt tất cả mận lên khay nướng, hãy làm lạnh trong 30 phút để sô cô la đông lại trước khi dùng.

h) Giữ lạnh tối đa một tuần trong hộp kín.

99.V egan

THÀNH PHẦN:

BỘT _

- 250 g / 2 chén bột mì
- ¼ thìa cà phê muối mịn
- 7 g / 2¼ thìa cà phê men khô ăn liền
- 35g/3 thìa đường
- khoảng 160 ml / 2/3 cốc sữa ấm làm từ thực vật
- 30 g / 2 muỗng canh dầu dừa nhẹ
- 2 thìa cà phê sữa thực vật + 1 thìa cà phê xi-rô cây phong

ĐỔ ĐẦY

- 135 g/1 chén hạt điều thô, ngâm nước
- 1 quả chanh, vỏ + 2-4 thìa nước cốt
- 2 muỗng cà phê chiết xuất vani
- 80 ml / 1/3 cốc si-rô phong hoặc đường
- 80 ml / 1/3 cốc sữa thực vật
- 15 g / 1 thìa canh dầu dừa nhẹ hoặc bơ dừa thuần chay
- 150 g / 5,25 oz. quả chín

HƯỚNG DẪN:

ĐỔ ĐẦY

a) Đặt tất cả chất lỏng vào đáy máy xay.

b) Thêm hạt điều đã ráo nước và rửa sạch vào và trộn cho đến khi mịn mượt.

BỘT _

c) Trong một chậu trộn lớn, trộn bột mì, muối, men tức thời và đường.

d) Đổ phần lớn sữa làm từ thực vật vào (giữ lại 1 thìa canh).

e) Đổ hỗn hợp ra bề mặt làm việc khi nó gần như đã dính lại với nhau.

f) Nhào bột bằng cách một tay giữ một đầu bột và dùng tay kia kéo bột ra.

g) Cho dầu dừa vào bột (không cần đun chảy).

h) Đấm hết không khí ra khỏi bột và chia bột thành 6-7 phần tương tự khi bột đã tăng kích thước.

i) Đối với mỗi phần, cuộn nó thành một quả bóng và đặt nó vào khay nướng đã phết một ít dầu, phủ khăn bếp lên trên.

j) Làm nóng lò ở nhiệt độ 180 độ C (355 độ F).
k) Dùng tay ấn dẹt từng quả bóng, sau đó ấn nhẹ đáy thủy tinh đã phết dầu vào từng quả bóng để tạo vết lõm sâu cho phần nhân.
l) Sử dụng ngón tay của bạn để hoàn thiện hình dạng của dấu ấn nếu bột bị đàn hồi trở lại.
m) Đổ đầy hỗn hợp 'phô mai' thơm ngon mà bạn đã làm trước đó và các loại quả mọng lên trên.
n) Quét bột bằng hỗn hợp sữa thực vật và xi-rô cây phong (không phải nhân).
o) Làm nóng lò ở nhiệt độ 350°F và nướng trong 20 phút.

100.Soufflé bắp cải hấp Ukraina

THÀNH PHẦN:

- 1 cái Bắp cải to, còn nguyên lá bên ngoài
- 1 củ hành tây lớn, băm nhỏ
- 4 thìa bơ
- 1½ muỗng cà phê muối
- ¾ cốc sữa
- ½ muỗng cà phê ớt đỏ
- 1 thìa cà phê tiêu trắng
- 1 thìa cà phê kinh giới
- 3 lòng đỏ trứng
- 5 Lòng trắng trứng
- 1 thìa cà phê đường
- ½ mỗi tép tỏi, băm nhỏ

HƯỚNG DẪN:

a) Bắp cải lõi và loại bỏ các lá bên ngoài. Chần những chiếc lá lớn bên ngoài này trong nước sôi trong 5 phút. Xả và đặt sang một bên. Bắp cải bỏ lõi, cắt thành khối rồi cho vào nồi lớn.

b) Đổ sữa lên bắp cải và đun nhỏ lửa trong 25 phút hoặc cho đến khi bắp cải mềm. Xào hành và tỏi trong bơ. Trộn bắp cải xắt nhỏ, hành tây và tỏi, bơ xào, vụn bánh mì, lòng đỏ trứng và gia vị.

c) Đánh lòng trắng trứng cho đến khi bông cứng nhưng không bị khô thì cho vào hỗn hợp. Trải lá bắp cải đã chần lên một miếng vải phô mai lớn. Hãy chắc chắn rằng chúng chồng lên nhau và hỗn hợp sẽ vừa khít ở giữa và còn nhiều chỗ trống.

d) Đổ hỗn hợp nhân vào giữa lá. Gấp lá lên để che phần nhân. Gấp các góc của miếng vải phô mai lại với nhau và buộc chúng lại với nhau bằng dây.

e) Đặt bó này cẩn thận vào một cái chao và đặt cái chao vào một cái chậu sâu trên mực nước vài inch. Đậy nắp nồi để kín. Đun sôi nồi và đun sôi trong 45 phút.

f) Cởi vải phô mai, lộn ngược và lấy vải phô mai ra.

g) Phục vụ bằng cách cắt soufflé thành từng miếng vừa ăn.

PHẦN KẾT LUẬN

Khi chúng tôi kết thúc hành trình ẩm thực của mình thông qua "Nhà bếp Ukraina đích thực", chúng tôi hy vọng bạn đã trải nghiệm được niềm vui khi khám phá những hương vị có hồn và ấm áp đặc trưng của ẩm thực Ukraina. Mỗi công thức trong các trang này là sự tôn vinh những truyền thống phong phú, hương vị đa dạng và sự ấm áp khiến việc nấu ăn Ukraina trở thành một trải nghiệm độc đáo và thú vị—một minh chứng cho niềm vui đi kèm với mỗi món ăn.

Cho dù bạn đã thưởng thức vị đậm đà của borscht, cảm giác thoải mái của varenyky hay thưởng thức vị ngọt của món tráng miệng Ukraine, chúng tôi tin rằng những công thức này đã khơi dậy niềm đam mê của bạn trong việc tái tạo hương vị đích thực của Ukraine. Ngoài các nguyên liệu và kỹ thuật, mong muốn "Nhà bếp Ukraina đích thực" trở thành nguồn cảm hứng, sự kết nối với truyền thống văn hóa và là nơi tôn vinh niềm vui đến từ mọi sáng tạo đầy hương vị.

Khi bạn tiếp tục khám phá thế giới ẩm thực Ukraine, mong rằng cuốn sách nấu ăn này sẽ là người bạn đồng hành đáng tin cậy của bạn, hướng dẫn bạn nhiều công thức nấu ăn thể hiện sự phong phú và có hồn của các món ăn Ukraine. Đây là để thưởng thức hương vị đích thực, tái tạo các món ăn truyền thống và đón nhận niềm vui đến từ mỗi miếng ăn. Tuyệt vời! (Ăn ngon miệng nhé!)